Damdamin

Armando R. Lajom

Ukiyoto Publishing

All global publishing rights are held by

Ukiyoto Publishing

Published in 2024

Content Copyright © Armando R. Lajom

ISBN 9789362692993

All rights reserved.
No part of this publication may be reproduced, transmitted, or stored in a retrieval system, in any form by any means, electronic, mechanical, photocopying, recording or otherwise, without the prior permission of the publisher.

The moral rights of the author have been asserted.

This is a work of fiction. Names, characters, businesses, places, events, locales, and incidents are either the products of the author's imagination or used in a fictitious manner. Any resemblance to actual persons, living or dead, or actual events is purely coincidental.

This book is sold subject to the condition that it shall not by way of trade or otherwise, be lent, resold, hired out or otherwise circulated, without the publisher's prior consent, in any form of binding or cover other than that in which it is published.

www.ukiyoto.com

Buong puso kong iniaalay ang aklat ng mga tulang ito sa aking;

mga anak:

Phillipxandrey
Michael Phillips
Phillip Armand
Phillip Wilsvend
Mariah Karmirose

mga apo:

Xandrey Armand
Maria Carmela
Princess Micaella

at maybahay:

Carmelita G. Lajom

Nilalaman

Pasasalamat	1
Paunang Salita	2
UNANG BAHAGI (Ginintuang Diwa)	3
Ang Maraming Bawal	4
Banta Ng Panahon	6
Hiwaga Ng Buhay	8
Sumpa	10
Bayanihan	12
Kaibigan, Isang Sandigan	14
Magdalena, Sumayaw Kang Pikit-mata	16
Anakpawis, Walang Umaga	17
Ang Tao At Ang Bituin	21
Nasaan Ka?	23
Bulaklak Ng Luksang Kapaskuhan	26
Ayokong-ayoko	28
Kagitingan	31
Integridad	33
Delikadesa	34
Regalo	35
Ang Guro Sa Harap At Likod Ng Pisara	37
Ang Kastilyong Itim	39
Huwag Hayaang Maningil Ang Langit	41
Pulang Liwanag Sa Bukang-liwayway	47
Ang Tamang Pangarap	49
Kahit Ka Man Pokpok	51
Pag-Asa Ang Kabataan, Katupara'y Katandaan	55
Hibik	59

Ang Pulubi	61
Bakit Ang Babae'y Sa Tadyang Hinugot?	63
Ang Tao, Daluyong At Ahas	64
Sa Sipag Ba't Tiyaga?	66
Mahal Bang Higit Pa Sa Buhay?	67
Ang Awit Ng Tula At Awit	68
Ang Pag-Aasawa Ay Krus Na Mabigat	70
Ang Pamilyang Pilipino	72
IKALAWANG BAHAGI (Hibik Ng Puso)	75
Hinahanap Kita	76
Nang Dahil Sa Iyo	78
Muli Kang Magbalik	80
Sa Patak Ng Ulan At Sikat Ng Araw	82
Huwag Nang Itanong Kung Bakit	84
Pag-Ibig Na Sayang	86
Tinik At Subyang	88
Pangako Ng Sumpa't Pangako	90
Paalam, Sinta Ko	92
Kung Ika'y Mawalay Palad Ko'y Libinagan	94
Luha At Tinta Ka Ng Bawat Kong Akda	96
Iibigin Kita Kahit Na Magdusa	98
Hindi Lahat Ng Tibok Ng Puso'y Pag-Ibig	100
Mahal Pala Kita	102
Soneto Ng Ulilang Puso	104
Soneto Ng Halik	105
Sa Sulok Ng Panyo	106
Basag Na Gitarang May Kwerdas Na Lagot	110
Ang Aking Pag-Ibig	114
IKATLONG BAHAGI (Kiliti)	117

Ligaw-tingin, Halik-hangin	118
Ako'y Ibigin Mo, Lalakeng Maliksi	120
Ibigin Mo Ako, Lalakeng Matapang	121
Ibigin Mo Ako, Lalakeng Malakas	122
Sa Santong Paspasan	123
Sa Dilim Ng Gabi'y "I Love You Sinta"	124
Marami Nang Nobya, Wala Pang Trabaho	125
Inay Mo Ay Payag, Bakit 'Di Mahabag?	126
Ayoko Sa Lalakeng Hudas, Salawal Ay Butas	127
Mababaliw Ako Sa Selosang Hirang	128
Dalagang 'Di Maganda, Inuukit Din Ng Maya	129
Puso'y Kusang Natututong Magmahal	130
Ayoko Sa Iyo, Bawal Ang Ganire, Bawal Ang Ganito	
	132
Natuto Na, Hindi Mo Na Maloloko	133
IKAAPAT NA BAHAGI (Diwang Makabayan)	135
Nasaan Ang Langit?	136
Plumalaya	137
May Dugo Pa Kayang Muling Ititigis?	141
Halina, Halina	143
Sa Isang Bandila'y Hindi Magkaisa	147
Plumang Kayumanggi	149
Pasilayin Malayang Umaga	152
Nadupilas Na Kahapon	154
Payag Ka Bang Maglaho Na Itong Nasyon?	156
Bayan Muna't Kalikasan	157
Mga Pintig Ng Puso	159
Ang Bayan Ay Nananaghoy	161
Mapulang Umaga Sa Paglikas ng Gabi	164

Pilipinas, Lupang Pinagpala?	166
Hinakdal ng Bayan	168
Bayan Ba'y Maunlad Sa Dusa't Himutok?	171
Kailan Ka Lalaya?	172
IKALIMANG BAHAGI (Balagtasan)	173
Paksa: Dapat o Hindi Dapat Bigyan ng Marangyang Libing ang Magulang na Pumanaw?	174
Paksa: Alin ang Mas Mahalaga sa Buhay ng Tao, Diploma o Diskarte?	185
Ang May-Akda	193

Pasasalamat

Nagpapasalamat ako nang taos-puso sa mga sumusunod:

Es Collado, isang makatang nagturo sa akin sa tamang taong kukunsultahin upang mailimbag ang aklat na ito,

Chris Opeña Orcuse, isang makatang may mabuting kaloobang hindi nag-atubiling ako'y tulungan sa paghahanda ng layout ng nilalaman at disenyo ng pabalat, gayundin ang mga patakarang dapat sundin na may kinalaman sa paglilimbag,

Mariah Karmirose Lajom, ang aking bunsong anak na nagbigay sa akin ng tulong-teknikal sa pagsasaayos ko ng mga tulang gagamitin sa aklat na ililimbag.

Sa inyo pong lahat, maraming salamat!

Armando R. Lajom
May-akda

Paunang Salita

Ang aklat na ito ng mga tula ay pinamagatang DAMDAMIN. Naglalarawan ito ng iba't ibang damdamin ng tao tulad ng saya, lungkot, galit at takot. Ang mga tula'y nakatuon sa mga ginintuang bagay: pag-ibig sa pagitan ng dalawang pusong nagmamahalan, pag-ibig sa kapwa at pag-ibig sa tinubuang lupa. Naglalayon din itong makapagdulot ng mahahalagang impormasyon hinggil sa mga isyung makapagdaragdag ng kamulatang panlipunan, pandamdamin at pangkaisipan.

Sa kabilang dako, layunin din ng aklat na malinang ang pagmamahal at pagpapahalaga sa ating minanang kultura sa tula at mahubog ang tao bilang isang makabuluhang indibidwal sa silong ng langit, nakadarama, nakapagsusuri at malayang nakapagpapasiya para sa bayan at sarili. Gayundin, nilalayong ang mensahe ng bawat akda ay maikintal sa diwa at puso ng mga mambabasa tungo sa pagiging mapanagutang tao.

Sa ganitong pananaw, minabuting sulatin at limbagin ang aklat na ito na may pamagat na Damdamin. Bawat tao'y may pandama na dagling nagbibigay ng reaksiyon sa anumang bagay na nakikita, naririnig, nararamdaman, at nababasa. Isang katotohang hindi mapasusubalian na ang buhay ng isang tao sa mundo'y inilalarawan at nasasalamin sa kanyang damdamin.

UNANG BAHAGI

Ginintuang Diwa

Ginintuang diwa'y matibay na gabay,
Suhay at haligi sa lakad ng buhay,
Bara-barang ginto ang bigat na alay.

Ang Maraming Bawal

Daming pamahiin nitong sambayanang
Pinananaligang gabay raw sa buhay;
Kahit sabihin pang bago nang panahon,
Bawal daw sumuway nang di maparool.

Bawal na isukat pangkasal na damit,
Hindi matutuloy, pag-iisang dibdib;
Bawal na ikasal kung patay ang buwan
Pagkat pamumuhay ay mahihirapan.

Bawal magpakasal nang sukob sa taon,
Yayaman ang isa't isa'y magugutom;
Bawal ang magwalis sa oras ng gabi't
Darating ang malas, lalayo ang swerte.

Sa lamay ng patay, bawal ang magpansit,
Hahaba ang lamay, muling mauulit;
Bawal na ihatid ang nakikiramay,
Baka may sumunod doon sa namatay.

Kung araw ng B'yernes, bawal ang maligo,
Malamang lagnatin, dapat na matanto;
Kung buhok ay basa, matulog ay huwag,
Lalabo ang mata kung 'di man mabulag.

Bawal ang umawit sa harap ng apoy,
Mapapangasawa ay balo at ulol;

Kung 'di man ay isang binatang matanda,
Umawit, iwasa't dalaga'y kawawa.

Bawal sa 'sang buntis, lagi sa pintuan,
Kapagka nagsilang, suhi o pahalang;
May twalya sa leeg na asawang irog,
Sa leeg ng sanggol, 'pulupot ang pusod.

Ang isang babae kung unang reglahin,
Hagdan nitong bahay ay agad tunguhin;
Isaldak ang puwit sa pangatlong baytang,
Upang pagreregla ay tatlong araw lang.

At kung merong regla'y bawal ang maligo,
Bawal ang magbasa, bawal ang maggugo;
Kapagka naligo'y malaking disgrasya,
Dalaga'y malamang maging luka-luka.

Ewan at ang Pinoy, matigas ang ulo,
Kahit na si Rizal noo'y nangastigo;
Hindi nababatid, isang gintong aral
Ang sa pamahiin, maniwala'y bawal.

Banta Ng Panahon

Sa mula't mula pa nitong aking buhay,
Sa dusa at takot doon nabubuhay;
Wasak ang dibdib ko't ang pag-asa'y luray,
Banta ng panahong pangil na sumakmal.

Banta ng panahon sa aking bukirin,
Kung mag-anihan na'y wala kang anihin;
Ang mabining alon at masuyong hangin
Ay naging daluyong na may bantang lagim.

Ang likas kong yaman sa dagat ko't bundok
Ang tanging pag-asa ng buhay kong dahop;
Ngayon kung malasin, ang gubat ko't laot,
Banta ng panahong balot ng bangungot.

Bangkay na ang lunting gubat sa bundukan,
Ang hayop at ibon, wala nang matirhan;
Gubat na likas kong kadluan ng yaman,
Banta ng panahon ang tanging naiwan.

Dagat na mayamang may kristal na alon,
Ang hanging dalisay sa umaga't hapon;
Nang madalumat ko, banta ng panahon,
Sa bawat paghampas may regalong lason.

Mga bagyo't unos, dagling namalasak,
Pag-ungol ng bulkang naglugmok sa palad;

Ang mga paglindol, pati gutom, hirap,
Banta ng panahon ng naglahong gubat

Lagas ang pag-asa't ako'y nagugutom,
Said na ang aking yaman ng dantaon;
O, mga anak ko, sa pagkaparool,
Bumangon, labanan, banta ng panahon.

Hiwaga Ng Buhay

Kahit kulang tila husto, tila husto kahit kulang
Ang bigat ng iyong buhay kung tayahin sa timbangan;
Mataman mang pag-isipin, 'di maarok ng isipan,
Itong buhay sa pagpitik, mga tanong nakabantay.

Bakit kaya itong buhay, bakit kaya, bakit gano'n?
Bakit minsan ika'y bigo, bakit minsa'y may
    linggatong?
Bakit minsa'y nagbabago, bakit minsa'y tila gulong?
Bakit hindi tumitigil, bakit tuloy sa paggulong?

Bakit minsa'y dumarating ang pighati't kalungkutan,
Sa sandaling mapayapa, dumarating, ba't 'di alam?
Ba't sa yungib nitong dibdib kung mangurot itong
    lumbay,
Saka naman itong ngiti, bakit naman sumisilay.

Bakit kahit papawirin, nagdaramit ng maitim?
Ba't umagang may pangako, karugtong ay takipsilim?
Maging bitwin, bakit kaya naglalaho'ng angking
    ningning?
Bakit puso kung busilak, hamakin man, may
    luningning.

Bakit kaya matatag man, itong tao'y nagugupo?
Bakit kaya kung malugmok, nakakaya pang tumayo;

Ngunit bakit itong buhay, magkaminsan kung
   mahulo,
Ang matatag, tumatatag, itong gupo'y nagugupo.

Bakit kaya itong tao, sa buhay na tinataglay,
Sa'n mang dako't kailanman, bakit dapat mapagsikhay;
Tao'y dapat na alisto, hiwaga'y ba't salawahan?
Minsan, dahil sa hiwaga, ba't baligho itong buhay.

Sumpa

Mas mabigat ka pa sa isang pangako,
Ikaw raw ang siyang liwanag ng sulo;
Ang dalawang puso kung magkakalayo,
Matibay kang saksing hindi maglalaho.

Kung ika'y bigkasin ng mapulang labi,
Sa pusong may lumbay, sisilay ang ngiti;
Kapag narinig ka sa pangungudyapi,
Dagling naglalaho ang dusa't pighati.

At kung itong tao'y alipin ng kaba,
Pagkat may bagay na ipinagdududa;
Pagtaas ng kamay at sinambit ka na,
Dibdib, lumuluwag, naglalaho'ng duda.

Sa mga tungkulin at pananagutan,
Sa alinmang sangay ng pamahalaan;
Matapos sambitin ng manunungkulan,
Bisa mo ay kislap ng kapangyarihan.

Ang dalawang puso kung mag-isang dibdib,
Ika'y nagsisilbing bigkis na pang-ikid;
Yaring magsing-irog kung ika'y isambit,
Sa harap ng altar at saksi ang langit.

Ngunit magkaminsan, ginagamit ka rin
Ng isang mahalay na kasuyong giliw;

Minsan ang papel mo'y nakaririmarim,
Mandarayang sumpa ng pusong nagtaksil.

Bayanihan

Tayong Pilipino'y may yamang kultura
Na sumasalamin sa gawang maganda;
Hanggang pamayanan, ating dala-dala
Ngunit pinag-ugtan, masayang pamilya.

Sa ating pamilya, dito nakalundo,
Dakilang ugaling 'di kayang isuko;
Mula sa magulang at hanggang sa bunso,
Ang pagtutulungan ay larawang-tagpo.

Bundok na gawaing dalahin ng kapwa,
Huwag akalaing ito'y isang banta;
May ugali tayong likas na dakilang
Hugutin sa puso, pagtulong na kusa.

Kawalang panggastos, hwag problemahin
Pagkat kalugurang lakas ay ubusin;
Gawang bayanihan, dito naniniin,
Sandata ng lahing di kayang binsilin.

Ito ang kulturang minula'y tahanan,
At doon pinanday sa 'ting pamayanan;
May lakip na galak at malasakitan,
Kulturang taguri'y isang "bayanihan."

Kaysarap isiping magpahanggang ngayon,
Gawang bayaniha'y tuloy sa paggulong;

Di mababalaho sa habang panahon
Pagkat ang pag-ibig ang nakapundasyon.

Kaibigan, Isang Sandigan

Madawag na daan, pilit nilalandas,
Mata'y lumuluha't ang dibdib ay wasak;
Nakilala kita't aking naging lakas,
Bituin sa langit ay kumukutitap,
Mandi'y naging rosas, sisilay na bukas.

Sa bawat pagsubok na sasalungain,
Hangad ng puso kong kita ang kapiling;
Kahiman maniklot, habagat na hangin,
Lunggati ng puso'y pilit aabutin,
Dagat man ng sigwa'y ating tatawirin.

Sa mga dalahin, kita'y magkasalo,
Laging magkatugon ang ating prinsipyo;
Ang palso sa aki'y gayundin sa iyo,
Ang kabutihan ko'y kaligayahan mo't
Ang pagkabigo mo ay kalungkutan ko.

Sa mga sandaling abutin ng dulos,
Hindi maialis ang kita'y malungkot;
Sa hampas ng hanging gigil na manubok,
Magkasangga kitang nakikipaghamok,
Loob, tumatatag, naglalaho'ng rupok.

Kita, bilang kita na magkaibigan,
Sa galak at dusa'y laging magkatuwang;
Takda ba ng langit at katalagahang,

Tayo'y pinagtagpo sa mundong maalam
Nang sa isa't isa ay maging sandigan?

Magdalena, Sumayaw Kang Pikit-mata

Gumigiling, lumiliyad, sumasayaw,
Sa gitna ng patay-sinding mga ilaw;
Malulutong, halakhak mo kalimitan,
Haplos-haplos, nanunukso mong balakang.

At sa saliw ng tugtuging nanghaharot,
Kahihiya'y nakatambad, walang balot;
Sa taginting ng salapi'y naaanod,
Sa maraming mga yungib, labas-masok.

Kailangang gabi-gabi'y nagpupuyat,
Ang kumita ng salapi, tanging hangad;
Tatlong anak ang buhay mo't iyong liyag,
Sasayaw ka at sasayaw sa magdamag.

Ang mata mo'y nasusuklam sa pagluha,
Sabihin pang ang dangal mo'y sirang-sira;
Libakin man ng lipunang mapangutya,
Sa 'yong dibdib, pamilya mo'y may dambana.

Matapang ka at matatag, Magdalena,
Mahaba man ang gabi mo'y may umaga;
At kahit na hinahamak ng balana,
Magdalena'y sasayaw kang pikit-mata.

Anakpawis, Walang Umaga

Masdan mo ang anakpawis,
Lumalakad sa gitna ng dilim,
Walang maaninaw,
Walang maanag-ag,
Lahat kadiliman:
Nadarapa,
Tumatayo,
Umiiyak sa siphayo;
Nag-uunahan ang mga paa:
Lakad…lakad…lakad,
Walang tigil ang paglakad,
Hindi tiyak ang patutunguhan,
Nagkukumahog at nag-aapura,
Sinasalunga ang dilim ng gabing
di na sasapitin ang isang umaga.

Hayun, aninawin mo sa gitna ng dilim,
May sugat ang mga binting alsado
sa kinamot na alipunga:
Masakit,
Makirot,
Mahapdi;
Malayo na ang nahahakbang
ngunit bigo pa rin sa nilulunggati:
Presyo ng palay, itaas,
Gastusin sa bukid, ibaba,
Alok na pautang, tanggihan,

Ang munting kamalig, malamnan.

Hayun, anakpawis ay puyos sa galit
pagkat may nagsabing siya raw ay tamad:
Laging umaasa sa panay bukid lang,
Dapat daw mag-isip,
Dapat daw kumilos,
Dapat daw maghanap
ng ibang trabahong pagkakakitaan...
Sa anong dahilan?
Nang hindi magreklamo,
Nang hindi umangal,
At nang masapatan ang pangangailangan.

Sumpa ba talaga o lalang ng tao
na ang anakpawis ay api-apihan?
Ano't sasabihing maliit ang gastos?
Pagbubungkal ng punlaan, gastos,
Pagbububgkal ng kalakhang bukid, gastos,
Pagbabasag ng mga tiningkal, gastos,
Paghahalang at paglilinang, gastos,
Pagtatanim, gastos,
Pakain at meryenda, gastos,
Pagsasabog ng abono, gastos,
Pamuksa sa insekto at gamot, gastos,
Pagpapaani, gastos,
Bayad sa karyada, gastos,
Gastos...gastos...gastos,
At ng iba pang kung ano-anong gastos!

Sa anihan, ang masakit...

Dumarating, nangaglisaw,
mga bwitreng mandaragit,
Dadakutin, gintong butil,
Pepresyuhang anong haplit:
Diyes pesos 'pag sariwa,
Trese pesos 'pag "skin dry,"
Kung kiskisin, disisyete.

Anakpawis, laking inis sa presyo na disisyete,
Sa panahon ng tag-ulan sa kaniya'y imposible;
Bilaran ay sadyang wala,
anakpawis na dalita,
Pagkat silang mga bwitre'y may bilarang malalaki;
Ano pa ang magagawa?
Ano pa ang mangyayari?
Kakagatin na ang diyes o 'di kaya'y itong trese;
Ang bwitre ay tuwang-tuwa,
Abot-taynga ang pagngisi,
Sa bitag na nakaumang,
anakpawis ay nadale!

Hayun, anakpawis ay walang pahinga,
Ang lipaking palad, wala nang ligaya,
Mula pagtatanim hanggang anihan
Pawis, tumutulo't patay ang katawan,
Sa maghapong singkad, tanging kaulayaw:
Malamig na ulan, mainit na araw!

Hayun, anakpawis…
Putikan…
Mabaho…

Sa dilim ng gabi'y naglalamay pa rin,
Tanging kaulayaw ay dusa't panimdim,
Nakatindig,
Hindi sumusuko,
Humahakbang, ang paa'y may dugo:
'Di na inaasam, sa dusa'y mahango,
Ang abang palad niyang
sumilang na sawi't iidlip na bigo!

Ang lipunan nga ba
sa mga maliit, mapagsamantala?
Ang lipunan nga ba
sa pagmamalupit ay walang kahangga?
Ang lipunan nga ba
sa pagmamalabis ay walang kapara?
Ang lipunan nga ba
ang dapat sisihin at siyang maysala
kaya anakpawis, hindi masumpungan
sa mula't mula pa't
hindi mabanaag, hindi masilayan
ang isang umaga?

Ang Tao At Ang Bituin

Tumingala ka sa langit, maaakit ang paningin,
May kislap na umaandap, sa dilim ay nagniningning,
Ang bituing kumukurap, humahaplos sa damdamin,
Kung titiga'y may halina't tumutupok ng panimdim;
Sa makulay nating mundo, itong tao at bituin,
May salaming kumikinang na kaylugod aninawin.

Sa larangan ng paggawa, may ugali itong tao,
Dahil walang salamisim, kasidhia'y mamagkano'
Gumugulong itong puso't ang paggawa ay sagrado,
Ginintuan ang mithiing hinding-hindi naglililo;
Na katulad ng bituing may kinang na mapanukso,
Kung maganda ang panaho'y nakangiti itong mundo.

Papawirin kung maulap, nagluluksa itong langit,
Ang bitui'y nananaghoy, buntong luha'y nanggigilid'
Nakasikat, walang ningning, mga mata'y nakapikit,
Itong mundo'y kunot'noo, yapos-yapos ang hinagpis;
Itong tao ay gayundin kung siklutin ng panganib,
Nabibiyak itong puso, pasan-pasan ang daigdig.

Kung maaya ang panahon, ang bitui'y nagdiriwang,
Tahimik na umaawit sa rurok ng kalangitan,
Nanunukso ang kutitap, nang-aakit itong kinang,
Tao, hayop at kulisap, para-parang nasisyahan;
Itong tao ay gayundin habang bantog at mayaman,
Yumuyukod ang daigdig, kaibiga'y 'di mabilang.

Talinhagang sa bituin, may batugan at masipag,
Kalalatag lang ng dilim, may bituing sumisikat'
Sa dahilang 'di malaman, ito namang talang tamad,
Kung kailang umaga na, saka pa lamang sisikat;
Itong tao ay gayundin, kung tayahin ay kayhirap,
Katamara'y inuuna't laging huli kung magsikap.

Sagisag ng paghihirap, sagisag ng paninimdim,
Pagkat laging do'n sa langit ay may kurus na bituin'
Isang kurus na sagisag nang ang Kristo'y kaladkarin,
Sagisag ng paghihirap, isang kurus na dalahin;
Na sa lilim nitong araw ay may tao na gayundin,
Nagsisilbing isang kurus, sa lipunan ay pasanin.

At may kumpol na bituing larawan ng gawang likwad,
Ang hugis ay parang supot, sabi'y supot nga ni Hudas,
Na ayon sa isang kwento kapag ito ay binuklat,
Hahantad ang kataksilang kamandag ng mga pilak;
Itong tao ay gayundin, minahal man nang matapat,
Isusukli'y pagtataksil, manunuklaw pa ng palad.

Sa hiwaga nitong buhay, may malinaw na salamin,
Ang bituin at ang tao'y magkawangis ang gampanin,
May sariling katangian, kakanyahang inaangkin,
Na sa silong nitong langit, may umaga't takipsilim;
Itong tao'y nagsisikap, may tagumpay at panimdim,
Sumisikat, lumulubog ang makinang na bituin.

Nasaan Ka?

O, pag-ibig, o pag-ibig, ikaw nga ba ay nasaan?
Nababalot ng hiwaga, ano baga ang dahilan?
Isang gamot kang mabisa kung sakbibi nitong lumbay,
Anino kang nakabuntot sa lakad ng aking buhay;
O, tadhana, bakit nga ba sa puso ko'y bumalatay,
Likaw-likaw na pag-ibig, iba't iba'ng sinasaklaw.

Inibig ko nang dibdiban, kaibigan kong matalik,
Kahit kaning isusubo'y inagaw ko sa 'king bibig,
Ngunit biro ng tadhana't hinagupit nitong langit?
Isinukli'y kataksilang sumugat sa aking dibdib;
Nasaan na ang ligaya at ang galak ng pag-ibig?
Ang umibig ay ito ba sa maharot na daidig?

Ang sarili bilang ako'y inibig ko nang taimtim,
Sinunod nang buong laya itong sigaw ng damdamin,
Ang pita ng kamunduhan, hinagkan kong buong giliw,
Karagatang umaapoy, nilusong kong buong giting;
Hagkis naman ng tadhana nang ang paa'y pulikatin,
Sa pagsalpok nitong alon, ako'y muntik nang
    malibing.

At gayundin, may pag-ibig na sa bayan iniukol,
Mga butil ng pawis ko sa madugong demonstrasyon,
At sa kuko ng sukaban ay akin nang 'pinagtanggol
Itong bayang sinisiil, tinangka nang ibinangon;

Ngunit naging gantimpala, nakulong nang tatlong taon,
Tanging sanhi ay pag-ibig sa bayan kong naparool.

Lalo namang anong alab, pag-ibig ko sa salapi
Pagkat ito ang talos kong ang lahat ay minimithi,
Lubos akong nagsumikap, hindi naman naunsyami,
Ngunit bakit ang nakamit, mapapait na aglahi;
Sa daigdig ay ito ba, kapag yaman itong sanhi
Ng pag-ibig ay may dulot na supot ng dalamhati.

Kapangyariha'y inibig, inibig kong buong puso,
Lalo palang mapanganib nang tayahi't napaghulo,
Akala ko ang kapalit ay ligayang may pangako,
Hindi pala't kalabisang niluwalan ng siphayo;
Na kung labis itong pwersa, itong tao'y maliliko
Na syang sanhi upang kapwa'y sakmalin nang buong-buo.

Dinuhapang ko ring haplit, pag-ibig sa karangalan,
Upang ako'y mapatampok sa bunton ng karamihan,
Ngunit dagok ng tadhana, mga luha'y nag-unahan,
Namalisbis sa pisngi ko at tuluyang nagsidanaw;
Karangalan kung makamit sa maputik na paraan,
Dignidad na nakalugso, gantimpalang nakakamtan.

At sa isang kapwa puso, itong puso'y umibig na,
Isang pusong ang masakit ay may pusong sinisinta,
Dahil dito ang damdamin nang sagkaan ay umalma
At nang aking bigyang laya'y nagluwal ng isang sala;
Ito nga ba ang pagsintang kaakibat ay ligaya?

Isang pusong tumatangis, isang pusong tumatawa.

Nasaan ka, nasaan ka, o ligaya ng pag-ibig?
Kita'y aking nakikita, bakit hindi ka mamasid?
Bakit hindi ka maabot gayong ikaw ay malapit?
Ika,y laging bumubulong, bakit hindi ka marinig?
Ika'y aking laging usal at palaging bukambibig,
Bakit hindi ka mayakap gayong ika'y nasa dibdib?

Nasaan ka, o pag-ibig, o pag-ibig na marangal?
Pag-ibig na mapagbata't walang tibo ng materyal,
Nakaukit sa damdamin, matapat at hindi hangal,
Nakalaang magparaya sa kuko man ng kaaway;
Umiingos sa papuri't may pintig na pagbibigay,
Makalangit na pag-ibig, ikaw ngayon ay nasaan?

Bulaklak Ng Luksang Kapaskuhan

Ang sintas ng sapatos ko'y mahigpit kong ibinuhol,
Naninikip ang dibdib ko't ang hininga'y hinahabol;
Beinte-cuatro ng Disyembre, dahilig ang araw noon
At sa bahay-pagamutan, gayak akong pumaroon.

Nanlalatang 'di mawaring nanaog ng aming bahay,
Mga mata'y pikit-dilat habang lulan ng sasakyan;
Ginigyagis ang damdamin, pabulong na nagdarasal,
O, Diyos ko, marapating magtagal pa'ng aking tatay.

Nagdurugo ang puso ko nang ospital ay sapitin,
Kapatid ko ay naroon at ang nanay kong sakitin;
Walang imik sila kapwa't nang sa aki'y mapatingin,
Lumuluha nilang mata'y sa tatay ko ibinaling.

Niyakap kong buong higpit, aking tatay nang lapitan,
"Tatay. Tatay, pakiusap, kami'y huwag mong iiwan;
Sa tinig na utal-utal, "ang nanay mo'y alagaan,'
Sabay kibit ng balikat at pagpikit nang lubusan.

At sa ngipin ng pagsubok, tanging ganti ay umiyak,
Na tila ba sa dibdib ko'y may sugat na umaantak;
Kung pilak lang ang kutsara noong ako'y ipanganak,
Disin sana'y buhay pa sya at palaging mayayakap.

At nang dakong alas-nuebe, iniuwi na si tatay,

Sa tahana'y ilan lamang ang naroong kapitbahay;
Inilatag, lumang banig sa 'ming papag na kawayan
Upang doo'y balsamuhin ang malamig niyang bangkay.

At sa lumang balkonahe, malungkot na umuugoy,
Sagisag ng kapaskuhang naulila naming parol;
Ang sa ubod ay sabsabang niluwalan nitong Sanggol,
Mugtung-mugto ang mata kong tanging doon nakatuon.

Pagbalsamo'y natapos din, nakaburol na si tatay,
Noon naman ang kampana'y nagsimulang kumalembang;
Bilang hudyat na sa mundo ang Mesiyas ay dumatal,
Sa 'kin nama'y ang bulaklak nitong luksang kapaskuhan.

Ayokong-ayoko

Sa usaping "live-in" ang nasasalami'y kilatis ng asal,
Dito'y natutumbok kung pa'no tuntunin ang landas
 ng buhay;
Upang 'di malinlang nitong sinasabing bagong
 kabihasnan,
Ating sandiganin ang aklat ng Diyos, ang Banal na
 Tipan.

Ayon sa Bibliya, nilikha ang Adan, kasunod ang Eba,
At ang Manlilikha, sila'y ikinasal bago pa magsama;
Sagrado ang kasal, napakataimtim nitong seremonya,
Magpalaanakin, punuin ang lupa, sermon anong
 ganda.

At kung lilimiin, seremonyang iyon, may hatid na
 lugod,
Naroon ang aral, kaybanal na gawad sa unang mag-
 irog;
Kaysarap yakaping sa mula't mula pa'y dakila ang
 Diyos,
Kaya ang patnubay ay nakaakibat sa banal na utos.

Sa usaping "live-in," ayokong-ayokong doon ay
 bumaling,
Ayokong patangay sa hibik ng pusong minsa'y
 sinungaling,
Ang tawag ng laman lalo't hindi dapat, di aarugain,

Ang maputing ulap, ayokong-ayokong magdamit ng itim.

Ayokong-ayokong kaagad lasapin, tamis ng pagsinta,
Ayokong-ayokong kahit hindi kasal, dalawa'y magsama;
Yaring kapusukan kung maulit-ulit at biglang magbunga,
Dahil 'di pa handa, ayokong maghamon na "mag-live-in" muna.

Ayokong-ayokong ang isipin ko lang, ligayang sarili,
Na kung magsawa na. babae'y iiwan at magmamalaki;
Malamang lumuwag, angking moralidad ng isang babae,
Sanhi upang siya'y tuksu-tuksuhin na ng mga lalake..

Ayokong-ayokong dahil sa problema'y umibig sa iba,
O muling humanap ng ibang kasuyo, ng ibang pagsinta;
Sa hibo ng tukso kung ang mag-asawa'y iwan bawat isa,
Dangal, naglalaho't tanging naiiwan ay sirang pamilya.

Ayokong-ayokong may mga bastardong bubuli-bulihin,
Pagkat itong ina dahil hindi kasal, nagpasalin-salin;
Lipuna'y malupit, ayokong-ayokong sila'y kukutyain
Dahil sila'y anim, tatlo itong ama, ang ina'y tatlo rin.

Dalawang pamilya'y ayokong-ayokong aking
  masaksihan,
Amang nakaburol ay hindi magawang lapitan at
  hagkan;
Ang unang pamilyang siyang lehitimo ang syang
  nagbabantay,
Pamilyang 'di "legal," naro'n sa malayo at
  nagtataghuyan.

At nasusulat din, ang Nunong Abraham na isang
  propeta,
Anak nya sa labas, ngalan ay Ismael, sa ilang dinala;
At ang lehitimong anak na Isaac, pinagpala niya,
Isang talinghagang kawawa ang anak sa labas ng
  kama.

Maiging tandaang sa Banal na Aklat ay may isang utos,
Babae't lalake, ingatan ang puri't hwag magpatutot;
Kaya ito'y sumpang di ko sisirain, buhay ma'y
  malagot,
Sa isang babae, tali ng puso ko'y do'n lang igagapos.

Kagitingan

Dulot moý panganib at libong pangamba sa pusong
   mapusok,
At kung maglaho ka ang iniiwan mo'y nagiging
   marupok;
Bugso ng damdaming nagpupumiglas ka't hindi
   natatakot,
Sa isipang mulat doon ka bumulas at doon nahinog.

Kaya mong harapin anumang balakid ng isang
   katwiran,
Pulso ka at lakas at tanging gulugod nitong karapatan;
Punglo kang mabagsik sa pakikidigma sa hamon ng
   buhay,
Kuko ng panganib ay hinaharap mo at nilalabanan,

Inaaruga ka, pinapanday bilang matalim na karit,
Ang taglay mong talim, pinakasukdulan ng poot at
   galit;
Isa kang kalasag at sandatang apoy sa silong ng langit
Na magpapaliyab at siyang tutupok sa madlang
   hinagpis.

Tunay na dapat ngang sa dibdib at dugo ika'y mapag-
   alab;
Isang bagay ka ngang sa taksil na mundo'y mabisang
   kalasag;

Batid din ng lahat na kung ika'y wala, ang buhay ay hungkag,
Ikaw, kagitingan ang syang mag-aahon sa amis na palad.

Integridad

Ikaw ay naroon, mamahaling hiyas sa mundo ng tao,
Walang kamuwangan at nakatayo kang moog ng
 respeto;
Gintong minimithi ng dukha't mayaman, ng
 mangmang at henyo,
Habang nakalikaw ang mga panganib na nasa tabi mo.

Matapat na pusong may mithing busilak ang
 kinakanlungan,
Ulirang ugali na balot ng dangal, angking kasuotan;
Ika'y nakaukit at buong-buo ka sa paninindigan,
Lahat nagnanais, kuyumin ng palad ang kadakilaan.

Ikaw ang sandigan at laging kadluan ng lahat ng buti,
Lakip ng halaga at alinmang bagay na may puri't silbi;
Dagat, natawid mo't lahat ay nabaliw sa bango mong
 iwi,
Langit ay narating dahil sa pakpak mo na dangal at
 puri.

Nariyan ka lagi ngunit bakit hindi maabot ng malas,
Kung napapalungi ikaw ay hindi na mahagka't
 mayakap;
Ito palang tao sa imbing lipunan kung nais maligtas,
Sa 'yo integridad, sa iyo dapat lang pakulong, payakap.

Delikadesa

Hatid mo'y pag-unlad at katiwasayan ng isang
 nilalang,
Isa kang puhunan kung may nagnanais na maging
 marangal;
Ang pag-uugali kung nais hubugin sa mabuting asal,
Isasadiwa ka at isasapuso sa gabi at araw.

At tinatalikdan ang bagay na mali't masamang gawain
Pagkat nariyan ka't ang hatid mong bisa'y tugtuging
 malambing;
Naisin mang gawin ang bulong ng puso't sigaw ng
 damdamin,
Ika'y niyayapos, ayaw na mabulid sa banging malalim.

Ngunit isang tanong: marapat ka nga bang dalhin sa
 balikat?
Ito kasing dibdib, dahil naroon ka ay ayaw lumuwag;
Ang salang nagawa kung ito'y aminin tao'y
 mawawasak,
Kung ilihim naman ay siyang sisira ng buhay at bukas.

At nakalilito…ano ang gagawin, matanong nga kita?
Hanggang kailan bang ika'y gagamitin sa buhay na
 aba?
At hindi nga rin bang isang kahangalang laging
 kapiling ka?
Lalo't iisiping maskara kang takip, o, delikadesa.

Regalo

Ang butihing guro'y takdang ikakasal,
Humarap sa klase't pagkuwa'y nagturan;
"Imbitado kayo't ako'y maghihintay,
Lahat ay dumalo't huwag na magkulang."

Sa butihing guro, si Empoy lumapit
Nang ang kamg-aral, lahat nagsialis;
"Pati ba 'ko, guro na punit ang damit
Ay imbitado mo," sa tanong na haplit,

Ang sagot ng guro: "aba oo naman,
Ikaw itong aking bisitang pandangal;"
Nagtaka si Empoy na naguguluhan,
Guro'y nakangiti't tingin ay mataman.

Sumapit ang kasal, dumating ang lahat,
Nagtaka ang guro at may hinahanap;
Itong batang Empoy wala't nasa labas,
Naro't nakamasid, kamiseta'y butas.

Gurong ikinasal, siya'y namataan,
Lumapit kay Empoy sa tinatayuan;
"Hinahanap kita, ikaw pala'y naryan,"
Yumuko si Empoy, ang mata'y malamlam.

Pagkuwan, sa bulsa, Empoy may dinukot,
"Guro'y tanggapin mo, regalo kong handog;"

Namangha ang guro nang ito'y matalos,
Isang lumang trumpo sa punit na supot.

Habang inyaabot, regalo sa guro,
May butil ng perlas sa matang maamo;
"Ang trumpo pong ito nang makipaglaro,
Bawat tamang kuti, puso'y nagdurugo."

"Guro'y pasensya po" dagdag na tinuran,
"Sa regalong trumpong iningat-ingatan;
Ako po ay walang bagay na anuman
Kundi ang trumpo kong pinakamamahal."

Guro'y 'di umimik, luha ay umagos,
Niyakap si Empoy nang buong pag-irog;
Trumpo'y walang saysay, batid nya at talos,
Ngunit ang halaga'y hindi mauubos.

Ang regalo kasi'y wala sa hitsura,
At lalo rin namang wala sa halaga;
Kahit na simple lang o bagay na mura
Kung bukal sa puso'y walang singhalaga.

Ang Guro Sa Harap At Likod Ng Pisara

Ang harapan ng pisara ang mundo ng isang guro,
Dito niya tinutupad ang paglikha at pagbuo;
Ang papel nya sa buhay ko'y dito ko rin napagtanto,
Na hindi ko malilimot, hininga man ay mapugto.

Nag-aaral ako noon, Grade IV ako, tanda ko pa,
Malungkot na pangyayari sa harapan ng pisara;
Sabi sa 'kin ng guro ko: "aba, Mitoy…bobo ka ba?'
Sabay pingot sa tenga ko, nandidilat, mga mata.

Ako raw ba'y isang bobo, ang sagot ko'y "hindi po, Ma'am,"
"E, ba't hindi mo masagot ang simple kong katanungan?'
Ang tanong nya'y sino raw ba ang pumaslang kay Gat Rizal,
Ang sagot ko'y "hindi ako, hindi ako, aba'y ewan."

Sa narinig ng guro ko, ang nguso ko'y nilapirot,
Ako raw ba'y pilosopo, sa dede ko'y sabay kurot;
"Aray ko po, aking hiyaw, sa tatay ko, ika'y lagot,"
Nangalaglag ang luha kong sa pisngi ko'y nagsiagos.

At ang lahat kong kaklase'y kanya namang binalingan,
"Itong kaklase nyong Mitoy ay hwag ninyong paparisan;

Kung kayo ay tinatanong, sumagot nang mahinusay,
Ang lumaking isang bastos, walang buting makakamtan."

"Lagi kayong makikinig sa turo ko't mga sabi,
Kung kayo ay 'di matuto, pag-aaral walang silbi;
Akong ito'y malulungkot, maninimdim araw-gabi,"
Sa akin sya nakatanaw, mga luha'y nasa pisngi.

Nang sumapit na ang gabi, bago ako makatulog,
Narinig ko ang tatay kong nangungusap nang mairog;
"Ang pambayad sa patanim pati na ang upang bunot
Ay hwag mo nang iisipin at may awa itong Diyos."

"Hindi pwedeng 'di isipin," ang tugon ng aking nanay,
"Ang sahod mo'y hindi sapat, ang sahod mo'y laging kulang;
Hayaan mo't 'pag tapos na, sinusulat kong lesson plan,
Isasangguni ko sa iyo kung sa'n ako mangungutang."

"Anak natin na si Mitoy," sa tinig na umiiyak,
"Bakit tila sa wari ko'y lumalaki syang paatras,
Tamang ako ang guro nya at sya'y aking mutyang anak,
Dapwat kung sya'y nalilihis, disiplina'y ilalapat."

Ang puso ko ay kinurot sa dahilang ewan ko ba,
Na marahil ang guro ko't aking nanay ay iisa;
Ang kulay ng kanyang buhay, lumarawan kapagdaka,
Ito'y bughaw na matingkad, harap-likod ng pisara.

Ang Kastilyong Itim

Kanlungang maliit, maganda sa tingin,
Kahali-halina, palamuting angkin;
Sa labas kung masdan, may kaibang ningning,
Ngunit loob nito ay kastilyong itim.

Katawang alabok, dito naglulunoy,
Kaluluwang lunod sa lawa't kumunoy;
Dayukdok sa laman, dito nagkakanlong,
Palaboy na asong sa bulok ay gutom.

Sa may dakong gitna'y nagpipista'ng tukso,
Hubad na katawan, laruan ng mundo;
Sa saliw ng tugtog, lahat nalalango,
Karumihang batik sa dangal ng tao.

Sa basong kopita, nakikipagtalik,
Sa masamyong usok, maalab ang halik;
Sa lamlam ng ilaw ay akit na akit,
Sa katawang yakap ay sabik na sabik.

At sa bawat gilid, makaliwa't kanan,
Iba't ibang yungib ang nangag-aabang;
Lahat ng pumasok ay libang na libang,
Dito nagaganap, digmaan ng laman.

Dito namumungad ang maraming taong
Hanap ay ligaya at pita ng mundo;

Ang mga palaboy at kampon ng bisyo,
Ito ang kanilang munting paraiso.

Ngunit may babalang hindi nila alam
Sa kastilyong ito ng laman sa laman;
Darating ang pangil ng katalagahan
Ito'y ibubulid sa kailaliman.

Huwag Hayaang Maningil Ang Langit

Malapit na ako sa patay na ilog
   tungo sa 'king bukid,
Kitang-kita ko pa, mabilog na buwan,
   hangi'y walang imik,
Sa gilid ng daan, may kastilyong guho,
   bagyang nakatirik,
Sa katapat naman ay punong baliteng
   sa gitna ay yungib;
Hakbang ko'y marahan ngunit sumasasal
   ang tibok ng dibdib
Pagkat sa wari ko'y may masamang badya
   ang taghoy ng tiktik.

Ako ay sumipol ng isang kundiman
   sa mithing daigin
Ang yabag ng takot na ibig lumukob
   sa aking damdamin,
Ngunit napapitlag sapagkat tumambad
   sa aking paningin,
Halimaw na asong pagkuwa'y lumabas,
   ang kulay ay itim;
Mata'y nagliliyab, may kadenang hila
   at naniningasing
At sumabay naman, langitngit ng punong
   may himig ng lagim.

At sa isang gilid ng punong balite,
   ako ay nagkanlong,
Ang halimaw naman, 'tinaas ang ulo
   at may inaamoy,
Kanyang isinunod ang nakabibinging
   mga pag-alulong;
Na nang marinig ko, kilabot sa balat
   ay nagpatong-patong;
Hindi ko mabatid ang aking gagawin
   nang sandaling iyon,
Sa matinding takot, nagtatakbo ako
   na nagtutumaghoy.

Ang guhong kastilyo ang naisipan kong
   aking pagtaguan
Pagkat 'di ko kayang sa gayong halimaw
   ay makipaglaban,
Ang guhong kastilyo nang papasukin ko
   ako'y nagulantang,
Mga ibong tiktik, walang ano-ano
   ay nagsalimbayan;
Sa labis na takot, ako ay nasubsob
   sa dakong pintuan,
Nang mukha'y iangat, naro't nakangisi
   ang asong halimaw.

At nang makabangon, ang patay na ilog,
   tinakbo kong haplit,
Halimaw na aso ay nagsusumibad,
   ako'y tinutugis,
Ilog nang sapitin, walang lingon-likod,

dumaib sa tubig,
At may katagalan bago 'ko lumitaw
   mula sa pagsisid;
Nang ako'y umahon, sa aking nakita,
   ako ay nahindik,
Sa sanga ng puno, ang asong halimaw,
   uukya-ukyabit.

Ako ay nilundag ng asong halimaw
   nang ako'y makita,
Sanga ng bakawan, dagli kong binangal
   upang ibarungka,
Unang pagsalakay, aking nailagan,
   ako'y nakasalba,
Ganting barungkahin, ang asong halimaw,
   nasapol sa panga;
Ito'y nag-umungol at pinakalanding
   ang hilang kadena,
Sa matinding galit, apoy hanggang langit,
   'niluwal ng mata.

Walang ano-ano'y naglaho ang apoy,
   nagluksa'ng paligid,
Ako'y pinagpusan, pagkalapot-lapot,
   pagkalagkit-lagkit,
Kulog, dumagundong, pagkalakas-lakas,
   kidlat, sumagitsit,
Halimaw, naglaho, mainit na hangin
   ang dagling umihip;
At nang igala ko ang aking paningin
   sa tuktok ng langit,

Aking namataan ang isang tanawin
    na kahindik-hindik.

Langit na mapulang may bahid na itim
    ang namataan ko,
Ang bahid na itim, naging mga bitak
    ng isang misteryo,
Laking hilakbot ko, umuga ang lupa,
    walang ano-ano,
Nabasag ang langit at nangalaglag nga
    nang pira-piraso;
Sa basag na langit ay dagling lumabas,
    halimaw na aso,
Pangil, nakalabas, hila ang kadena,
    ang puntirya'y ako.

"Mahabaging langit," may luha sa matang
    aking sinasambit,
"Sa akin, ito ba'y matinding pagsubok,
    parusa ng langit?
Ako'y nagsikap lang at maalwang buhay
    ang tanging ninais,
Asindero ako't magsasaka sila
    na dapat magbuwis;"
Habang ang halimaw ay paparating na't
    ngipi'y nagngangalit,
Balahibo nito ay nangangalisag,
    mata'y nanlilisik.

Paglapag sa lupa, halimaw na aso,
    ako'y dinaluhong,

Mata'y nagliliyab, kakila-kilabot,
   alulong at kahol,
Ako'y sinunggaban, matalim na pangil,
   leeg ko'y nasapol,
Bumaon ang pangil, masaganang patak
   ng dugo'y bumalong;
At aking nadama sa mga pisngi ko,
   sampal na malutong,
"Gumising ka, anak," sabi ng nanay ko,
   "ungol ka nang ungol."

Kahit bangungot lang, ako ay natakot,
   ako ay nanlumo,
Isang talinghaga tungkol sa buhay ko'ng
   aking napaghulo,
Sarili kong kamay, sumakmal sa leeg,
   ito'y hindi biro,
Pagkat mayro'ng bahid, mga daliri ko
   ng sariwang dugo;
Mapahamak pala kahit natutulog
   ay hindi malayo,
Mabuting mag-ingat pagkat itong buhay,
   madaling maglaho,

Ang patak ng dugo doon sa leeg ko
   habang pinapahid,
Nauupos ako't may dagling sumagi
   sa lunod kong isip,
Bagbag ang puso ko't mahigpit ang kaba
   dito sa 'king dibdib,

Nangyaring bangungot sa pakiwari ko'y
 nagpapahiwatig;
Gawang kalabisan habang may panaho'y
 maiging ituwid,
Ito ay ngayon na't hwag nang hintayin pang
 maningil ang langit.

Pulang Liwanag Sa Bukang-liwayway

Nilalandas mo'y madawag na daan sa gitna na dilim,
Masakit ang iyong mga paa,
Ika'y nakayapak.

Hindi mo alintana ang pagod ng nag-uunahang
paa't mga tuhod na nangangalog,
Ikaw ay pawisan.

Sa bitaking talampaka't sakong ay manaka-nakang
sumusungaw ang mga sariwang patak ng dugo.
Ikaw ay matatag.

Ika'y walang pahingalay at ang sigwa sa dilim ng gabi'y
pilit dinadaig ng manhid na binti at paa
Ika'y matiisin.

Manahimik ka, huwag kang managhoy at huwag nang
hanapin ang sagot sa maraming bakit.
Bakit ang lipuna'y tuso?
Bakit sa ilan lang napunta ang yaman ng mundo?
Bakit puro pagtitiis?
Bakit may yurak ang iyong pagkatao?
Ika'y mapanuri.

Huwag kang magreklamo, makunat pa ang iyong mga
buto't

malayo pa ang mahahakbang ng iyong mga paa.
Ika'y umaasa.

Lilipas ang madilim at mahabang gabi't sisilay ang
pulang liwanang sa bukang-liwayway.
Ika'y magpipiging.

Ang Tamang Pangarap

Huwag pangarapin, kislap ng salapi
Upang tayo'y lalong hindi mapalungi;
Huwag pangaraping matupad ang mithi
Upang 'di matikman ang bumangong muli.

Huwag pangarapin, buhay na marikit
Upang 'di madurog ang pagod na isip;
Huwag pangaraping abutin ang langit
Upang 'di umagos ang luhang mapait.

Huwag pangaraping tayo'y makalipad
Upang 'di mabali ang bagwis at pakpak;
Huwag pangarapin ang maalwang bukas
Upang pagkatao'y hindi mawakawak.

Huwag pangarapin, luntiang paligid
Upang 'di masilip, damit nitong punit;
Huwag pangarapin ang mayamang bukid
Upang 'di tumakam, mga taong ganid.

Huwag pangaraping maghukay ng ginto
Upang matatakaw, laway, 'di tumulo;
Huwag pangrapin, matalinong puno
Upang bayan natin, 'di lalong lumugso.

Pangarapin nati'y matinong lipunang
Pantay ang pagtingin sa dukha't mayaman;

Pangarapin nati'y isang sambayanang
Sa katiwalia'y marunong lumaban.

Kahit Ka Man Pokpok

Damit mo'y maikli at kitang-kita na
　　ang ngingi ng puwit,
Na 'binubuyangyang at inilalantad
　　ng mahabang islit,
Sa iyong hitsura ay napaghuhulong
　　ika'y naiinis,
Agnas na ang make-up, "lipstick" na mapula't
　　kilay mong may guhit;
Hindi ka tinanggap na maging tindera,
　　maging klerk o "waitress,"
Kaya tinanggap mong ang pagiging pokpok,
　　tadhana ng langit.

Sa ayos na iyan ay tinalunton mo'ng
　　mahabang lansangan,
At nakuha mo pang makipagkaisa
　　sa kababaihan,
Kahit isang pokpok ay nagmartsa ka ri't
　　tapang na sumigaw,
"Isulong, isulong, ang kababaiha'y
　　bigyan ng paggalang;"
Kung ilang oras din ng pakikibaka
　　sa hamon ng buhay,
Sa bahay umuwi, muling nagpaganda
　　sa isa pang laban.

At dahil pokpok ka, sa buong magdamag,

aliw, 'binebenta,
Hubad mong katawan, kinikilo-kilong
    kapalit ng pera,
Habang ang lipunan ika'y nililibak,
    inaalimura,
Ang lahat ng ito, kahit masakit man,
    'di mo alintana;
Giling ng balakang, na paliyad-liyad
    ang laging eksena,
Kaydaming lalakeng dayukdok sa laman
    ang nakahilera.

Walang sinisino't pinagbibigyan mo,
    lahat ng lalake,
Basta may pambayad, ika'y titihaya,
    di pwede ang libre,
Pambili ng bigas, konsumo sa tubig,
    bayad sa kuryente,
Para matugunan, kaylangang kostumer,
    lima isang gabi;
Kahit di sa "hotel," payag ka sa sulok
    o sa kubling tabi,
Kostumer kung pagod ay pwede ka na rin
    na maging hinete.

Pagdating ng bahay, kahit walang tulog,
    ika'y nagluluto
Ng aalmusalin ng dalawang anak
    at gutom na bunso,
Sa hapag-kainan, bunso'y nagmamaktol
    at ayaw sumubo,

"Nanay, ito lang ba, sawang-sawa na 'ko
 sa itlog at tuyo?"
Pagalit mong tugon, "di ka ba kakain,
 di ka ba susubo?
Tatampalin kita," habang sa mata mo,
 luha'y tumutulo.

Matapos kumain, 'pasok ka sa silid
 at namamahinga,
Na kahit pokpok ka ay nagdarasal ding
 may luha sa mata,
"O, Diyos o, Diyos tanggap ko naman pong
 ako'y abang-aba,
Ngunit ang gobyerno kaya sa tulad ko'y
 sarado ang mata?
Na itong gobyerno, sana'y bigyan-pansin
 yaring pagdurusa,
Upang makaahon sa burak at putik
 ng pagiging puta."

Ngunit ang totoo, kahit pokpok ka mang
 hinahamak-hamak,
Sa pagpapaunlad ng ating lipuna'y
 isa ka ring sangkap,
'Di mo ginugutom, pinababayaan
 ang 'yong mga anak,
Ang iyong pamilya'ng tanging ligaya mo
 sa lungkot at hirap;
Kung pamilya'ng dahil ay nagagawa mong
 sirain ang lahat,

Kahit ka man pokpok, may bantayog ka ring
   pagkataas-taas.

Kahit ka man pokpok, 'di dapat hamakin
   ng ating lipunan,
Hindi ka nang-aping 'di tulad ng ibang
   mga tampalasan,
'Di ka nangurakot, ang kinikita mo'y
   pinaghihirapan,
Hindi ka nanlokong 'di tulad ng ibang
   mga mapanlinlang;
Kahit sinasabi ng imbing lipunang
   punit ang iyong dangal,
Sa mata ng Diyos ay marapat ka ring
   bigyan ng paggalang.

Pag-Asa Ang Kabataan, Katupara'y Katandaan

Sa gitna na bayang laging nangangarap
    na maging payapa,
Itong kabataan ay tagdang matibay
    ng kanyang bandila,
Isang kasabihang walang pagmamaliw,
    kay Rizal nagmula
Na hanggang sa ngayon, dito sa 'ting dibdib,
    binhing nakapunla;
Na sa bawat yugto ng kapanahuna'y
    tampok at dakila,
Itong kabataan ang tanging pag-asa
    nitong ating bansa.

Kasabihang ito sa biglang unawa,
    kahuluga'y payak,
Na ang kabataan sa balighong mundo'y
    mabisang kalasag,
Simpleng unawa ring sa mundong malupit,
    sa silbi ay salat
Ang dakilang taong uugod-ugod na't
    mahina nang ganap;
Ngunit isang lihim sa yungib ng diwa'y
    pilit umaaklas
Na sa mundong ito, ang bata't matanda'y
    may halaga't bigat.

Itong kabataang may magandang puso,
    sino'ng nagtangkakal,
'Di ba't ang uliran at umuugod nang
    matandang magulang,?
Itong kabataang may mayamang isip,
    sino ang nagpanday,
'Di ba't isang gurong doon na tumanda
    sa silid-aralan?
Isang kabataang may gintong pangarap
    sa sarili't bayan,
Bukod sa magulang, ang naging gabay nya'y
    'di ba't katandaan?

Isang kabataang sa tibok ng puso'y
    may biyayang lugod,
"Ina't aking tatang, salamat sa inyo
    nang buong pag-irog,
Salamat at ako ay iginagapang
    sa hirap at pagod,
Kung wala po kayo, ako sa pangarap,
    laging nakatanghod;"
Matandang magulang sa pagtatrabaho'y
    kuba na ang likod,
Sinag ng pag-asang sa irog na anak,
    matibay na moog.

Isang kabataan, minsan ang nagpasyang
    humintong mag-aral
Pagkat paniwala'y 'di nabiyayaan
    ng talino't husay,

Ngunit ganoon man, pinangarap niya'ng
  maalwan na buhay,
Salamat at mayro'ng nakauunawang
  matandang magulang;
"Anak, sige, anak, kung talagang hilig
  ang paghahayupan,
Magtatayo tayo, kulungang marami,
  ika'y magbabuyan."

Batang-batang kawal, handang pumalaot,
  handang makidigma,
Matipunong bisig, matapang na loob
  ang inaandukha,
Ngunit ang nangyari, batang-batang kawal
  sa pakikidigma,
Umuwi nang bigo, wasak itong bibdib,
  ang mata'y may luha;
At saka naisip, hindi pala sapat,
  magilas at bata,
Payo'y mga ginto, lalo't pinagmula'y
  kawal na matanda.

At sa isang kwento'y isang kabataan
  ang minsa'y nagturing,
"Nasa edad na 'ko, kaya nang mabuhay
  sa sariling galing,"
Amang nagpupuyos, inang tumatangis,
  sinagot ng angil,
Bitbit ang balutan, nanaog ng bahay,
  sa layaw nagpiging;
Biro ng tadhana, pinagsiklot-siklot

　　　　ng dusa at lagim,
Nang nais tumayo, ama ang nagligtas
　　sa pagkagupiling.

Saanmang larangan, saanmang aspekto
　　ng buhay at bayan,
Habilin ni Rizal, may gintong silahis
　　ng dakilang aral,
Itong katandaa'y sandigang matibay
　　nitong kabataan,
At ang kabataa'y magiging moog rin
　　pagdating ng araw;
Anumang pangarap nitong kabataan
　　sa lupang minulan
Ay hindi yayabong kung walang matandang
　　siyang katuparan.

Hibik

Nagbungkal, nagsuyod, namunla't nagtanim,
Abono'y inutang, tumubong mariin;
Namuno't lumusog, bulas ng pananim,
Pagod na humimlay, natulog, mahimbing.

Naglihi't nagbuntis, namasag, sumapaw,
Tumigas ang lama't nahinog, nanilaw;
Nagbungkal, may ngiti't nangarap maalwan,
Inuhay, mahaba't matimyas, malaman,

"Harvester", dumating, gumiik, mabilis,
Nagbungkal, naganyak, hunusa'y maliit;
Ninais magtipid, obrador, tiniis,
Obrador, nalungkot, pag-asa'y naamis,

Kinabang inani, humanap, dadalhan,
Pighati'ng nakamit sa ligayang asam,
Nagbungkal, naluha't unsyami'ng nakamtan,
Presyuha'y, mababa, 'di sulit-puhunan.

Tahana'y sinapit, gastusi'y kinwenta,
Patanim, pambunot, pandukit, panghila;
Pataba, pestisayd, pandamo, karyada,
Kawangki, "harvester", pagkain, meryenda.

Nayari't natapos, nasuma'ng gastusin,
Nalungkot, naluha, nahikbing mariin;

Kinulang, kinapos, naglaho'ng hangarin,
Naubos, nasimot, pang-imbak, pansaing.

Nagdiwang, nagpiging, maperang masiba
Na kinauhuan ng gintong biyaya.

Ang Pulubi

Marumi, madusing, palaboy, mabaho,
Sikmura, masakit, may kalam, may kulo;
Tadhana, nagdamot, nanukso, nagbiro,
Inasam, pag-asa, nagtago, naglaho.

Hinamak, dinusta, hinarot, nilait,
Nalungkot, naluha, nagpigil, nahapis;
Pulubi, pulubi, sinaktan, nagtiis,
"Mahabag, tama na", ang sigaw, ang tangis.

Dinuran, minura, kinabog, binugbog,
Tumayo, umiwas, hinablot, nasubsob;
Ang balat, kumabal, naupo, nalugmok,
Inuyam, pulubi, hagulgol, matunog,

Pasensya, lumugso, naamis, nawasak,
Ang imbi, ang hangal, nang-uyam, nanghamak;
Dignidad, nadurog, ang dangal, bumagsak,
Pulubi, pulubi, ang puso, may sugat.

Lipunan, maharot, malupit, mabangis,
Ang hangal, hinarap, ang ngipin, nagtagis;
Palihim, patago, mabagsik, sinambit,
"Mamatay, mamatay, sa hukay, mabulid".

Nagpuyos, nagalit, patalim, hinugot,
Mahigpit, tinangnan, matulin, sumugod;

Kalaban, sinakyod, ang lakas, inubos,
Tumarak, malalim, ang buhay, natapos.

Bakit Ang Babae'y Sa Tadyang Hinugot?

Bakit ang babae'y sa tadyang hinugot
At bakit hind nga sa ulo o tuktok?
Bakit hindi nga rin sa paa o tuhod?
Tanong-talinghagang sa diwa'y may haplos.

Kanugnog na puso ang minulang tadyang
Na naging babaeng madaling masaktan;
Ang kanyang kahambing ay isang sisidlan
Na lubhang marupok at kapos sa tibay.

Kung bakit 'di naman sa ulo kinuha,
Pahinuhod mandin sa kanyang asawa;
Sa kapangyarihan, huwag mangunguna,
Asawang lalake'y bigyan ng suporta.

Kung bakit hindi rin sa paa nanggaling,
Mandin ang babae'y huwag alipinin;
Marupok na kristal, isang babasagin,
Balutin ng ingat at pakamahalin.

Bisig ng lalake ang kanyang sandigan,
Dibdib ng lalake ang kanyang himlayan.

Ang Tao, Daluyong At Ahas

Inang kalikasan kung lapastangani'y
Mabagsik ang ganti sa taong maysala;
Isang patotoong ang mabining hangi'y
Nagiging daluyong na nag-uumalma.

Pag-alma ng hangin ay nakahihindik,
Walang sinasanto, mayaman ma't dukha;
Nakapanlulumong sa bwelta ng galit,
Bakal man at bato ay kayang magiba.

Sa kabilang dako, ang ahas gayundin,
Bilis na magalit kapagka sinaktan;
Na kahit na sino ay kayang tuklawin
At sa kamandag nya'y iglap na mamatay.

Isang kasabihang ang ahas ay ahas,
Taglay na kamandag, walang pinipili;
Hwag na kantiin sa lungga niyang pugad,
Kahit panginoo'y tiyak masasawi.

Sa isang lipunan, gayundin ang taong
Pinahahalag'han, dangal at dignidad;
Pilit naniniin sa wastong prinsipyong
Ang kahalagaha'y buhay niya't palad.

Totoong ang ahas, nakapipinsala
At iyong daluyong ay gayundin naman;

Di lalo ang taong inaalipustang
Sa pasensyang lagot ay kayang pumaslang.

Sa Sipag Ba't Tiyaga?

Tagumpay ang Pinoy sapagkat masipag
Na kung pagmalasin, hayu't lumuluha;
Laya na sa hirap ang lipaking palad
Kaya sa pagkayod, dinaig si kuba.

Mga anakpawis ngayo'y nakakamit,
Kamada ng ani na hindi maangkin;
Kinita sa palay ay sulit na sulit,
Ni 'di makabayad sa mga gastusin.

Matagal "ma-promote," isang empleyado
Lalo't may prinsipyo na hindi baluktot;
Walang palakasan sa panginoong amo
At naging manedyer ang bobo at buktot.

Murang-mura ngayon, presyo ng paninda,
Isang libong piso ay walang mabili;
Ang kilo ng bigas ngayo'y murang-mura't
Muntik nang matupad ang pangakong beinte.

Tunay na tagumpay, may ningning ang bukas
Kaya nagdarahop itong pamumuhay;
Tulong na ayuda ay para sa lahat
Kung kaya pili lang ang nabahaginan.

May sipag at tyaga ang pinoy sa ngayon
At malamang-lamang manigas sa gutom.

Mahal Bang Higit Pa Sa Buhay?

Bakit ba irog ko laging balewala
Gayong itinangi sa maraming bagay?
Matamis na himig, damdamin ko't diwang
Ginawa mong isang awit na mapanglaw.

Ako ay lagi mong ipinagmamalaki,
Ang pagsisikap ko'y winalang halaga;
Pangunahin sa 'yo ang dangal ko't puri,
Ang kahihiyan ko'y di mo alintana.

Tanaw mo sa akin ay kagalang-galang
Kaya gayon na lang kung ako'y laitin;
Respeto'y mataas at may pakundangan,
Hampas-lupa't hangal ang turing sa akin.

Magkasama kita sa isang pangarap
Kaya pangmalas mo ay sadyang kaiba;
Sa ginhawa't hirap kita'y magyayakap
Kaya ba sa ngayon, ikaw ay mailap?

Iwas na iwas kang hindi ko matanto
Gayong ang wika mo'y ako'ng mamahalin;
Matapat nga kaya ang iyong pagsuyo't
Ang ganti mo'y yuko sa titig ko't tingin?

Ako ay mahal mong higit sa 'yong buhay
Kung kaya sulyap mo'y di maidampulay.

Ang Awit Ng Tula At Awit

Damdamin ang bulong ng isang tulaing
Binibigyang hugis ng rima't taludtod;
Damdamin din naman, himig ng awiting
Sa titik at nota'y binibigyang hubog.

Sa isang daigdig ay biyayang likas,
Mahika ng rima't gayuma ng nota;
Dahong salamisim, dagling nililipad
Ng may ritmong awit, tulang may haraya.

Ang tula at awit, daigdig ng buhay,
Narito ang galak, ang dusa, ang hapis;
Narito ang pait, ang lugod, ang lumbay
Arugang awitin ng puso't daigdig.

Ang tula at awit ay bulong ng pusong
Ang lahat ng bagay ay abot ng saklaw;
Kung sa'n ang daigdig doon nakalundo,
Ang tula at awit, silahis na tanglaw.

Ang tula at awit, ay mga dasalin
Sa hindi matapos na laksang pangarap;
Sa pusong may galak, tula ang awitin,
Awitin ang tula sa pusong may sugat.

Ang tula at awit, buhay ng daigdig,
Sa buhay ng tao'y lama't kaluluwa;

Sa matang may luha't pusong may hinagpis,
May rima't may notang himig ay pag-asa.

Ang Pag-Aasawa Ay Krus Na Mabigat

Hindi katulad ng kaning isusubo
Na pwedeng iluwa kapagka napaso;
Ang pag-aasawa'y hindi gawang biro,
Bagkus ay panata sa ubod ng puso.

Di dapat mawala, respeto't paggalang,
Damdamin ng isa'y isaalang-alang;
Respeto't paggalang, pundasyong matibay
Sa pagtataguyod ng isang tahanan.

Ang bawat salita'y timplahan ng asin
Nang 'di makasugat ng puso't damdamin;
Nunulas sa labi ay pakalimiin
Upang mailagan, hampas ng hilahil.

Kung ang mag-asawa'y ug-ugin ng away,
Pag-aaway ay hwag lubugan ng araw;
Mabuting mag-usap nang buong hinusay,
Ang pagmamataas ay kapalaluan.

Hwag pangyarihing puso'y maging ulol
Pagkat tabak nito ang magpaparool;
Kung ang isa'y galit, isa'y maghinahon,
Tubig ang papatay sa siklab ng apoy.

Tiyak na darating, mga pagkabigo,

Huwag tutulutang lakas ay maglaho;
Sumusubasob ma't tuhod, nagdurugo
Piliting tumayo at huwag susuko;

Magkawit ng bisig sa ginhawa't hirap,
Sa mga pagsubok ay maging matatag;
Ang pag-aasawa'y responsibilidad
Mabigat na kurus sa mga balikat.

Ang Pamilyang Pilipino

Nagagapos ng pag-ibig sa isang mundong maharot
ang nangakatirang mga taong kalugod-lugod,
Hindi natatakot, hindi napapagod, hindi nayayamot
sa araw-araw na pakikihamok;
Kahit nababagot, kahit nasasakal.
kahit nakatali sa dusa't himutok:
Pilit lumalaban, pilit umiingos,
pilit hinaharap ang anumang dagok;
Narito ang tapang at lakas ng loob,
narito ang pag-ibig, narito ang pag-irog,
narito ang pagsinta
na kayang talunin, anumang pagsubok

Dito unang nalilimi ang isang bagay kung tama o mali:
Kung ano ang busilak, masamang paggawi,
kagandahang-asal, mabuting ugali.
At gayundin naman:
ang mabuting budhi, ang dakilang mithi;
At... dito sinusupil, dito ginagapi,
ang linsil na kilos, ang lisyang hangarin,
ang palalong hilig at asal na imbi.

Dito ay may ilaw, maningnging ang tanglaw
upang itong anak sa kanyang landasin
ay hindi maligaw: hindi mag-aninaw,
hindi magtampisaw, hindi magsamulaw
Tanging nasa puso:

ang anak na mahal sa landas ng buhay, ayaw
mapahamak,
ayaw na masaktan, ayaw na malungi
kung kaya ang ningas: laging lumiliyab, laging
naglalatang
dahil may pabilo ng dakilang aral.

Dito'y may haligi kaya palagi nang ito'y nakatayo,
May tikas ang tindig, may pundasyong tatag,
Di kayang tinagin ng hanging habagat,
Sa gabi at araw, matipunong bisig:
Laging binabanat, laging nagpapawis, laging
nagsisikap,
laging umaawit sa lipaking palad;
Lahat tinitiis, lahat susuungin, lahat ay gagawin
sa dusa ma't hirap.

Ilaw at haligi kung itinadhanang dagling mapalayo:
Sa naiwang kuya, sa naiwang ate, sa naiwang bunso,
doon at doon lang iiwan ang puso.
Ito'y isang tanda, ito ay sagisag, tanda at sagisag
ng isang pagsuyong hindi maglalaho,

Dito, itong anak ay itinuturing katulad ng hiyas,
isang kayamanang iingat-ingatang higit sa pangarap;
Lahat sinisimpan ng haligi't ilaw ang para sa anak:
buhay na maganda, buhay na tahimik,
buhay na maalwang may lugod at galak.

Dito! Dito namumugad ang isang mag-anak:
may ama at ina, may ate at kuya, at may isang bunsong

larawan ng tuwa, larawan ng saya;
Dito..! dito sa isang pamilya....
sa isang pamilyang sandiganng matibay ng
isang lipunan: Ang Pamilyang Pilipino!

IKALAWANG BAHAGI

Hibik ng Puso

Pag-ibig ay buhay, galing kay Bathala,
May kirot, may sakit, may hapis, may tuwa,
Takdang madarama't sa dibdib nagmula.

Hinahanap Kita

Hinahanap kita sa aking pangarap
At palaging ikaw ang laman ng dibdib;
Hinahanap-hanap ang halik mo't yakap,
Na sadyang kaiba ang rubdob at init.

Ang suyuan nati'y 'di matapos-tapos,
At dito sa dibdib, ika'y nakahimlay;
Magkayakap kitang luha'y umaagos
Habang sumusumpang kita hanggang hukay.

Ang wika mo noon, tandang-tanda ko pa,
Ako'y mamahali't di ka magbabago;
Na tanging ako lang at wala nang iba
At sa pag-ibig mo ay walang kasalo.

Luhang pumapatak ay iyong pinahid,
Kasunod ang iyong halik na masuyo
At ika'y humilig dito sa 'king dibdib,
Waring ang ligaya'y hindi maglalaho.

Kahiman at ikaw ay nagtalo-sira't
Tinalikdan mo man ang sumpa't pangako;
Ang limutin kita'y hindi ko magawa't
Ikaw at ikaw rin ang hanap ng puso.

Ngunit isang araw, lumimot ka, sinta
At ako'y iniwang sa mata'y may luha;

Ako'y inalipin ng pangungulila't
Ewan kung magkamit ng habag mo't awa.

Tinalikdan mo man ang sumpa't pangako'y
Ikaw rin ang hanap ng baliw kong puso.

Nang Dahil Sa Iyo

Nang dahil sa iyo'y lugod kong nadamang
Sariwa ang hangin sa dagat at bukid;
Nang dahil sa iyo'y musika sa taynga'ng
Lagusaw ng isda't awit ng kuliglig.

Nang dahil sa iyo, buto ko'y binanat,
Diwang bayaniha'y niyakap kong lubos;
Nang dahil sa iyo'y nilingon ang landas
Ng ating kultura mula pagkamusmos;

Nang dahil sa iyo'y natutong mangarap,
Na aking matupad, dakilang mithiin;
Nang dahil sa iyo'y may ningning ang bukas
Na sa aking palad, aking kukuyumin.

Ako'y nagsumikap nang dahil sa iyo,
Nang dahil sa iyo'y tinanaw ang langit;
Nang dahil sa iyo'y nagtagumpay ako't
Aking nasilayan, ganda ng daigdig.

Nang dahil sa iyo'y natutong tanggapin
Ang kirot ng dusa sa landasing liko;
Nang dahil sa iyo ay nadama ko ring
Laging may tagumpay matapos mabigo.

Nang dahil sa iyo'y may isang sonata,
Nang dahil sa iyo, mundo ko'y tumibay;

Nang dahil sa iyo'y laging may pag-asa,
Awit ma'y malungkot, daigdig ko'y ikaw.

Muli Kang Magbalik

Nalalaman kong ako'y sawimpalad
At ang ligaya mo ang tangi kong hangad;
Aking nadarama sa halik mo't yakap,
Ang yabag ng dusa ng puso kong bagbag.

Mawala mang lahat, lahat ay mawala,
Pipintig ang pusong hindi nagsasawa
Pagkat damdamin ko'y banal at dakila't
Sa silong ng langit, langit makawawa.

Ang pagtalikod mo'y dusa ko at lungkot,
Sa dibdib ng iba doon yumukayok;
Kung liligaya ka'y handang mabusabos,
Aariing langit ang dusa't himutok.

Ang kalungkutan ko'y huwag na isipin,
Dulot mong pasakit ay kaya kong bathin;
Kahit ang balana, ako ay libakin,
Sanay naman akong may dusa't hilahil.

Sanay naman ako na tapak-tapakan,
Sanay naman ako na turingang hangal,
Sanay naman akong kapiling ang lumbay,
Sumpain man ako nitong kalangitan.

At hayaan mo nang luha'y mamalisbis,
Dito sa pisngi ko'y maglayag, bumatis;

At hayaan mo nang ako ang may hapis,
Kung ika'y masawi, muli kang magbalik

Sa Patak Ng Ulan At Sikat Ng Araw

Ulan ng pagsubok nang ito'y pumatak,
Muntik nang maluoy, rosas ko sa dibdib;
Tinangka ng hanging sa tangkay malagas,
Mapulang talulot, nalukot, lumiit.

Pumutla't nalanta ang mga talulot,
Rosas ko sa dibdib, lugmok sa siphayo;
Sa matinding ugoy, hangin ng pagsubok,
Itong akig mundo'y ibig nang gumuho.

Nawalan ng saysay ang buhay kong angkin,
Ang galak at aliw ay nagtampong lahat;
Di na nabanaag, kislap ng bituin
Dito sa langit kong naglambong ng ulap.

Tila paruparong ang pakpak ay bali,
Bango ng rosas ko'y 'di ko na masamyo;
Ang sigla ng puso'y waring napapawi't
Ang tibok ng puso'y hindi na matanto.

Ngumiti ang araw, nagtago ang ulan,
Rosas ko sa dibdib, pamuling sumigla;
Nagbalik ang bangong dati ay naparam,
May hatid na hamog ang bagong umaga.

Sa patak ng ulan, rosas may lantahin,

Ang likas na kulay ay hindi kukupas;
Sa sikat ng araw, nananariwa rin,
Kusang bumabalik, bangot halimuyak.

Huwag Nang Itanong Kung Bakit

Laman ng dibdib ko'y tanging ikaw, irog,
Puso'y nabibiyak kung ika'y malungkot;
Ang iyong pagluha'y bundok na himutok'
Kung mawawala ka, buhay, malalagot.

Nang kita'y isilang, sinadya nga giliw,
Na pagsintang taos ay ating lasapin;
Ikaw ang kapilas ng abang paggiliw,
Habang may hininga, kita'y mamahalin.

Pagkat ika'y akin at ako ay iyo,
Sumumpa sa altar, saksi itong mundo;
Nagpalitan kita ng mga "yes I do",
Hirap at ginhawa, kita'y magsasalo.

Nagsumpaan kita nang tapat at wagas,
Na ikaw at ako magpahanggang wakas;
Ako ang buhay mo at iyong pangarap,
Ikaw naman itong hininga ko't lakas.

Sa mga pagsubok kita'y maghahati,
Ating bubuwagin bundok ng pighati;
'Di bibigyang laya, mga salaghati,
Sa luha'y await, sa dusa'y ngingiti.

Yaring pag-ibig ko ay lalo at higit,

Sinlawak ng dagat, sintaas ng langit;
Kung nalulungkot ka, pasan ko'ng daigdig,
Hwag mo nang itanong, irog ko, kung bakit.

Pag-Ibig Na Sayang

Rosas kang mabango sa harding maputik,
Buong rubdob kitang doo'y inialis;
Naging kulay rosas ang ating paligid,
'Tinanging bulaklak sa harding marikit.

Ngunit isang araw, 'di inaasahan,
Sa hardin ng puso'y di nabanaagan;
Nadurog ang puso't ikaw ay lumisan,
Lagas na talulot sa aki'y naiwan.

Paligid na rosas ay nagkulay itim,
Silahis ng araw ay dagling nagdilim;
Sa kaliwa't kanang sumpang walang maliw,
Ano't binalikan, kumunoy ng aliw?

Halakhak ng mundo'y hindi alintana't
Sigaw ng puso ko'y tanging ikaw, sinta;
Dilim mong kahapo'y hindi alumana,
Ikaw bilang ikaw, binigyang halaga.

Wagas kong pag-ibig, iyong niyurakan,
Muling nakaniig, ilaw na malamlam;
May tao nga pala sa mundong maalam,
Piniling manaig gawang kahinaan.

May sariling tino, buhay mo'y hawak mo,
Tuloy ang pag-inog ng buhay sa mundo;

Kita ay minahal, naging hangal ako,
Putris na pag-ibig, sayang na totoo.

Tinik At Subyang

Upang mapayabong ang isang pag-ibig,
Sa patak ng luha ay dapat sumandig;
Tamis ng sumpaaan sa ubod ng dibdib,
Nagiging rosaryo ng subyang at tinik.

Likaw ng pagsubok ang nagpapatibay
Sa isang suyuang hindi namamatay;
Pundasyong matatag, sandigang matibay
Na kung mamatay ma'y walang kamatayan.

Kung walang balakid, kung walang pagsubok,
Waring isang langit ang isang pag-irog;
Dapwa't kung dalawin ng bagyo at unos,
Naglalaho'ng tibay, nakikita'ng dupok.

Pagsintang marupok ang nagiging bunga
Kung subyang at tinik, hindi nakikita;
Ngunit ang sinumang nakakikilala,
Sigwa ng pag-ibig ay napapatumba.

Ang subyang at tinik ay apoy at sinag
Na kayang supilin, lindol at habagat;
Tulad ng brilyanteng mamahaling hiyas,
Sa dila ng apoy, brilyo'y kumukislap.

Brilyong kumikislap ng pagmamahalan
Ay dapyo ng hanging marahas, marahan;

Paglipas ng kirot ng tinik at subyang,
Timyas ng pag-ibig ang pagsasaluhan.

Pangako Ng Sumpa't Pangako

Ang gulang ko'y anim, ikaw ay gayundin
Nang ang unang halik sa pisngi'y idampi;
Kung labing anim na, bulong mo sa akin,
Ang halikan natin ay labi sa labi.

Ang bahay-bahayan, paboritong larong
Ang tatay ay ako't ang nanay ay ikaw;
Nahihiga kita't may manyikang bunsong
Ipinaghehele sa ating pagitan;

Sampung taon tayo sa musling-pangarap,
Hanggang sa sumapit, taon ng pangako;
Ang sumpaang halik, naging halimuyak
Ng isang pagsinta't tapat na pagsuyo.

Ang paligid nati'y kulay bahaghari
Na ang tinataglay, iba't ibang kulay;
May kulay na pula, may kulay na puti,
May kulay na lunti, may kulay na bughaw.

Matayog na langit, pilit aakyatin
At hahagkan natin, busilak na ulap;
Makikipagsayaw sa mga bitui't
Manghihingi kita ng maraming kislap.

Pagbaba'y bubuo ng isang pag-ibig

Na patitimyasin ng panata't sumpa;
Bigkis ng pag-ibig mandi'y 'di mapatid
Kahit magbiro man maging ang tadhana.

Paalam, Sinta Ko

Sumpa mo'y ako lang ang laman ng dibdib
At ang pagsuyo mo'y magpahanggang libing;
Sa mahabang gabing pusikit ang dilim,
Yapos ng sumpa mo'y marubdob, mahigpit.

At natatalos mong minamahal kita
Na habang may lakas ay handang magtiis;
Kung basta rin lamang ika'y liligaya,
Aking babatahain ang libong pasakit.

Matamis mong sumpa'y naging salawahan,
Sa pag-asa't langit, sumpang nanunugat;
Kulapol ng putik, sumpang kulang-palad
Marupok na sumpang walang karangalan.

Nagdurugong puso, muni'y pinag-alab,
At ang kahinaa'y kinuyom sa dibdib;
Naduhaging puso'y pilit na titindig,
Nalabing panata ng pusong may sugat.

Sa iyo nang muli, sumpang itinago
Upang ikaw, mutya'y mabigyan kong laya;
Sumpang 'di lilimot na dati mong sumpang
Ang kinahinatna'y taksil na pangako.

Paalam, sinta ko, ngayon ay paalam,
May sinag ng araw sa dako pa roon;

Sa kasinungalinga'y ayokong kumanlong,
Sa katotohana'y langit ang pumanaw.

Kung Ika'y Mawalay Palad Ko'y Libinagan

Kung kita'y kayakap, waring nasa langit,
Ang himlayan nati'y busilak na ulap;
Kapag nadarama, init ng 'yong halik,
Naglalahong bula ang dusa ko't hirap.

Kung nalulungkot ka, puso ko'y matamlay
Pagkat daigdig ko'y ikaw ang ligaya;
Kung ikaw ay wala, ako'y mamamatay,
Irog, iyong hawak, puso ko't hininga.

At kung sa paningin, ikaw ay mawaglit,
Itong daigdig ko'y waring gumuguho;
Sa pagsintang wagas na hulog ng langit,
Nagsasalo kita nang buong pagsuyo.

At ang buhay nati'y tila isang bangka,
Ang sagwan ay ako't ang katig ay ikaw;
Naglalayag kita nang buong payapa,
Tubig sinasalwak nating magkasabay.

Sadyang pinagbigkis ang ating pag-irog,
Kapag magkapiling, lungkot, walang laya;
Mula ka sa langit, hulog ka ng Diyos,
Buhay kita't hiyas sa balat ng lupa.

Ikaw ang nais kong laging kalambingan,

Ikaw sa buhay ko'y hiyas na biyaya;
Kung ika'y mawalay, palad ko'y libingan
Hindi mabubuhay nang ikaw ay wala.

Luha At Tinta Ka Ng Bawat Kong Akda

Ikaw ang dahilan ng bawat pagluha
Sa pighati't saya ng aking pag-ibig;
Malapot kang tinta ng bawat kong akdang
Kinalulunduan ng pusong paghibik.

Ikaw ang dahila't ang mamad kong labi'y
Takot manaludtod pagkat 'di mo pansin;
Isa kang diwatang may sadistang budhing
Haraya ng dusang 'di makayang bathin.

Salang isalabing ang palad ko'y bigo
Pagkat ang buhay ko'y ikaw ang dahilan;
Kung kasuklaman ka, puso'y magdurugo't
Ikaw ang dahilan kung tunguhi'y hukay.

Dito sa buhay ko'y matibay kang salik,
Kung ako'y mabigo ang lakas ko'y ikaw;
Anumang tagumpay na aking makamit,
Bahaghari kita't iyon ang dahilan.

Ikaw ang dahilan ng ngayon ko't bukas
Maging ng kahapong ikaw ang inugtan;
Sa mga obra kong may galak at sugat,
Malapot kang tintang dugo ko at buhay.

Ikaw ang dahilan kung ba't ako'y ako,

Puso't kaluluwa'y ikaw ang humubog;
Ikaw ang dahilan ng mga danas kong
Gumuhit sa pusong may sigla at lungkot.

Ikaw ang buhay ko't ikaw itong lahat,
Ikaw itong ritmo ng luha ko't galak.

Iibigin Kita Kahit Na Magdusa

Ewan ba at bakit sobrang mahal kita't
Dito sa dibdib ko'y birheng nadambana;
Ang mga halik mo'y pangarap ko twina,
Sabihin mang ito'y labag kay Bathala.

Bakit, bakit, bakit umiibig ako't
Palagi nang ikaw ang laman ng isip?
Tibok nitong puso'y hindi nagbabago't
Iniibig kitang sukdol hanggang langit.

Masidhing pag-ibig, aking nadarama
Gayong ang puso ko'y hindi na malaya;
Buhong na damdamin kung nagkakasala'y
'Di ko sasagkaan, namumuong luha.

Pagkakasala bang kita ay ibigin
At maging lunduan ng piping pangarap?
Tibok nitong puso'y hindi sinungaling,
Sa bawat sandali'y ikaw itong hanap.

Kung iwawaglit ka sa puso ko't diwa'y
Magluluwal ito ng pusong may sugat;
Ang limutin kita'y 'di ko magagawa't
Uusigin ako ng aking hinagap.

Pag-ibig sa dibdib, ikasawi ko man

Kita'y iibigin, iibigin kita;
Danagl ko't dignidad, aking iingusa't
Iibigin kita kahit na magdusa.

Hindi Lahat Ng Tibok Ng Puso'y Pag-Ibig

Sa pagkakadapa ay bumangong pilit,
Nakataling-puso, binatang Emilio;
Kahit kapuriha'y lugso na't may dungis,
Si Lina't Emilio'y 'kinasal, sagrado.

Biro ng tadhana, bilang mag-asawa,
Ang puso ni Lina'y tibok-takipsilim;
Emilio kung gabing sila'y nasa kama,
Ligalig ang puso't diri na sumiping.

Tibok nitong puso'y nag-anyong pag-ibig
Minarapat sundi't pangako'y ligaya;
Ngunit nang lumaon, naglilo ang pintig,
'Di inaasahan, luha'ng naging bunga.

Ang halik, lumamig, lumuwag ang yakap,
Nagtago ang dating malambing na tinig;
Itong kalangitan, tinakpan ng ulap,
Natuyan ng hamog ang gabing tahimik.

Ang bagbag na puso'y luhaang nanumbat:
"Di ka man ang una, ang sabi mo'y mahal";
Sinumbatang puso'y sumagot nang tapat:
"Tibok-awa pala ng puso kong hangal".

At napagliliming sa aklat ng buhay,

"Di laging pag-ibig ang tibok ng puso;
Pagkat sa pahina ng pusong bulaan,
Magkaminsa'y luha ng pagkasiphayo.

Mahal Pala Kita

Nang ako'y masawi, ikaw ang karamay
Sa mga lungkot kong 'di kayang pasanin;
Buhay ko'y nanganib, 'di ka mapalagay
Gayong ako sa 'yo ay walang pagtingin.

Ginawa mong lahat, ika'y nagsumakit,
Sa banig ng dusa, ng sakit, ng lungkot;
Ni walang hininging anumang kapalit,
Inari mong langit ang luha't himutok.

Laging pagkainis, damdamin ko noon,
Sa mga titig mo'y sukli ko ay poot;
Awa sa sarili'y iyong kinukuyom,
Palaging may ngiti kahit nayayamot.

Takda kang maglaho sa aking paningin
Ngunit bakit ako'y hindi mapakali;
Waring aliwalas, langit na madilim,
Nalulungkot akong wala ka sa tabi.

Hwag mo akong iwan, aking pakiusap,
Atas ng panahong ngayo'y ihayag ko;
'Di ko hahayaang tuluyang maagnas,
Wagas mong pag-ibig na 'di naglililo.

Irog ko ay damhin, tamis ng pagsuyo't
Tulutan mo ngayong yakap-yakapin ka;

Madama mo yaring tamis ng pagsuyo't
Taghoy ng puso ko'y "mahal pala kita".

Soneto Ng Ulilang Puso

Banayad ang along tayo'y namamangka,
Ika'y nakahilig sa aking kandungan;
Hinagkang masuyo't marubdob ang sumpa,
Sumpang sa pagsuyo'y matibay na sagwan.

Naghiwala'y tayong puso'y may halakhak,
Kislap ng mata mo ay nagluluningning;
Sa mga halik ko't mahigpit mong yakap,
Bigkis ng sumpaan ay nag-uumigting.

Nagngalit ang alon, langit ay nagsungit,
Sa laot ng dagat nang muling magtagpo;
Puso ko'y nadurog, biro ba ng langit?
Sa dati ring bangka'y may ibang kasuyo.

Sa laot ng dagat, sumpaa'y nalibing,
Ang sepulturero'y ang pusong nagtaksil.

Soneto Ng Halik

Ang halik mo hirang, isang panaginip
Nitong aking pusong laong nagmamahal;
Hirang, gawaran lang ng isa mong halik,
Parang nasa langit, puso kong may lumbay.

Halina, giliw ko sa luntiang hardin
At masuyong hagkan ang mga bulaklak;
Matapos halikan, ako ay yapusi't
Igawad sa labi, halik ng pagliyag.

Kahit isang halik, halik na masuyo
Ay katumbas na rin ng sanlaksang aliw;
Igawad sa akin nang buong pagsuyo
At nakahanda nang buhay ko'y magmaliw.

Itong bawat halik, may init at rubdob
Kung minumulaa'y labing umiirog!

Sa Sulok Ng Panyo

Yakap-yakap kita at sa aking dibdib,
    ika'y nakahimlay,
Nakaupo kita sa tipak na bato
    sa dalampasigan,
Maharot ang agos, at may inaawit
    na isang kundiman
Habang sa pisngi mo, binutil na perlas
    ay naglalandasan;
Masakit isiping ilang sandali pa,
    kita'y magwawalay,
Pagsapit ng bukas, naroroon ka na
    sa ibang kandungan.

Isang puting panyong alay mo sa akin,
    dinukot sa bulsa,
Marahang-marahang akin idinamping
    lakip ang pagsinta,
Irog, tandaan mong ang ganyan mong ayos
    kapag nakikita,
Puso'y nadudurog, parang napupugto
    ang aking hininga;
Ayokong-ayokong ika'y nakikitang
    may luha sa mata,
Niyakap mo akong pagkahigpit-higpit,
    aking damang-dama.

'Di ba't sumumpa kang ako at ako lang

ang 'yong iibigin?
Ang tanging lalaking pagsasanlaan mo
    ng iyong paggiliw,
Nahan ang sumpa mong ang iyong pag-ibig
    ay 'di magmamaliw?
Ano't ang naghari'y utos ng magulang
    at 'di ng damdamin?
Dahil ba sa ako'y anak-maralita't
    walang yamang angkin
Kaya balewalang ang aking pagsuyo'y
    paghamak-hamakin?

Mahigpit na yakap ang sa aking tanong,
    iyong itinugon
At sa aking dibdib, 'di matapos-tapos,
    iyong pananaghoy,
Niyakap din kita na parang dibdib ko'y
    bulkang umuungol
At ang puting panyo'y natigmak ng luhang
    nagtila daluyong;
Mga labi nati'y masuyong naglapat,
    mariin, maapoy,
Halik na mapusok na sa bawat isa'y
    halik na pabaon.

Kastilyong buhanging itinayo nita'y
    bigyan na ng hangga,
Atin nang sirai't baka ang mangyari'y
    magluwal ng sala,
Ang lahat ng ito, ang kahihinatna'y
    isang alaalang

Damdamin

Masakit sa dibdib, pagkat isang gabing
    wala nang umaga;
Salamat, irog ko, kahiman ito na'ng
    huling pagkikita,
Sa luha ng awit, aking tatanggapin
    pagkat mahal kita.

'Di ko sinisisi kung naging marupok
    dahil sa magulang,
Sa nangyaring ito'y ba't hindi magawang
    kita ay sumbatan,
Sa salwak ng alon na nangungundiman
    sa ating paanan,
Dito ibabaling, dito lulunurin
    ang dusa ko't lumbay;
Laging babakasin, laging iisipin,
    tamis ng suyuan
At mga sumpaang sa sandaling ito'y
    bulang mapaparam.

Salamat, irog ko, salamat, irog ko't
    isang alaala
Ang lambingan nating may kulay, may hugis,
    may himig-harana,
Dinambana kita't aking inawitan
    ng mga sonata
Na dagling natigil sapagkat nalagot,
    kwerdas ng gitara:
Sugatan ang pusong 'di na inaasam,
    munti mang ligaya,
Puso mo't puso ko sa isang pag-ibig,

'di na mag-iisa.

Maglalayo kitang hindi katulad ng
 ibong magkasuyong
Pagdating ng hapo'y babalik sa pugad
 mula sa malayo,
Kahit na masakit, kahit kinukurot
 itong abang puso,
May luha sa matang aking tatanggapin
 yaring paglalayo;
Kung lumisan ka ma't iniwan mo akong
 puso'y nagdurugo,
Ang alaala mo'y sapat nang bakasin
 sa sulok ng panyo.

Basag Na Gitarang May Kwerdas Na Lagot

'Di na makaawit ng anumang himig,
    gitara kong lugso,
Tulad ng dibdib ko'y may isang pag-asang
    nawalan ng sulo,
Hinakdal sa isip, palad ba ay sadyang
    sumilang na bigo't
Bakit pakiwari, anakin ang puso'y
    may tama ng punglo?
Tulad ng gitarang ni isang tugtugi'y
    hindi makabuo
Dahil walang kwerdas ay ni walang notang
    makayang matanto.

Sa luntiang hardin, magkayakap kami
    ng irog kong mahal,
Dito sa dibdib ko, maamo nyang mukha'y
    bagyang nakasandal,
At sa tabi namin ay ang gitara kong
    sumbungan ng lumbay
At syang tanging saksi ng lambingan naming
    walang katapusan;
Taginting ng tunog, may haplos sa puso
    kung aming pakinggan,
Lahat aliwalas, asul itong langit,
    tulog ang karimlan.

At saksi ang Diyos, nagsumpaan kami
    nang paulit-ulit,
May ngiti sa labi't ligaya sa puso'y
    walang kahulilip,
Na kahit anumang yabag ng pagsubok
    ang dagling sumapit,
Magkayakap kami't gitara'y tutugtog,
    lalaging may himig;
Aming hahamakin kahit kamatayang
    kaloob ng langit,
Tugtog ma'y malungkot, buong lambing kaming
    sa luha'y aawit.

Liwayway, nunukal 'di kaginsa-ginsa'y
    pagsubok, dumating,
May ibang bubuyog na biglang pumasok
    sa luntiang hardin,
Puso ko'y kinurot at ibig umiyak
    nang aking mapansin,
Ang bruskong bubuyog ay nangungundimang
    pag-ibig ang daing;
Ang aking gitara nang tatangkain kong
    muling kalabitin,
Nawala sa tono, bahaw itong tunog,
    wala nang taginting.

At kasunod noo'y humapdi ang pintig
    ng baliw kong puso,
Sa mga pisngi ko'y marahang-marahang
    luha'y nagsitulo,

Sa likod ng bundok, nunungaw na araw,
    nahiya't nagtago,
Ako'y inalipin, ako ay sinakmal
    ng dusa't siphayo;
Ito ba ang palad, kapalit ng aking
    tapat na pagsuyo?
Pag-ibig kong wagas, ano't niyurakan
    ng aking kasuyo?

Bitbit ang gitara at sa aking baywang,
    sukbit ang patalim,
Naglaho ang tino sa katauhan kong
    binalot ng dilim,
Pumula ang hamog at nagkulay luksa
    ang luntiang hardin
Na siyang tahanan ng sumpaan naming
    kinain ng lagim;
Ang aking gitara ang syang piping saksi
    nang maging salarin,
Sa mahal na mutyang sa hardin ding iyon,
    lumimot, nagtaksil.

Ang aking gitara ang tanging kapiling
    sa paghihimutok,
Ang aking gitarang dati-rating aking
    pamawi ng lungkot,
Ang aking gitarang pinaglaruan din
    ng tadhanang harot,
Ang aking gitara sa sulok ng aking
    kapalarang kapos;
Ang aking gitarang 'di na makahimig

ng anumang tugtog,
Ang aking gitarang ngayon ay basag na't
　　ang kwerdas ay lagot.

Ang Aking Pag-Ibig

Ang aking pag-ibig, sa iyo nakalaan,
Ang aking pag-ibig, hindi napaparam,
Ang aking pag-ibig ay panghabangbuhay,
Ang aking pag-ibig, walang kamatayan,
Laging umaasa,
Laging naghihintay,
Laging umaasam.

Ang aking pag-ibig ay handang magdusa,
Handang magparaya, handang mahirapan,
At handang magtiis:
Ang aking pag-ibig ay laging may ngiti,
Laging nagagalak,
Laging nagbibigay,
Basta makita kang hindi nalulumbay

Ang aking pag-ibig ay walang kahambing,
'Di kayang takutin, 'di kayang sindakin,
'Di kayang yanigin, 'di kayang tumbahin ng
banta ng dusa't yabag ng hilahil;
Ang aking pag-ibig, lahat susuungin,
lahat babatahin
Kahit ang hantungan ay sariling libing.

Oo,..!
Ang aking pag-ibig, laging nangangarap,
Na ikaw at ako'y laging magkayakap,

Laging umiingos sa dusa at hirap,
Na tayong dalawa magpahanggang wakas;
Na kung dumalaw man ang luha't bagabag,
Ako'y naririto't hindi ka aatras.

Ikaw at ako lang sa 'king panagimpan,
Magkasama tayo at naglalambingan,
Katabi mo ako't kamay mo ay tangan,
Dito sa dibdib ko, ika'y nakahimlay;
Walang ano-ano…
Puso ko'y kinurot pagkat namataang
may namuong luha sa matang malamlam:
Mga daliri ko sa pisngi mo, hirang,
aking idinamping marahang-marahan;
Luha mo'y pinahid, buong pagmamahal,
Tanda ng pagsuyong walang kamatayan;
At mata sa mata tayo'y nagtitigan
at buong init kong labi mo'y hinagkan.

Ang aking pag-ibig, marubdob, mapusok
At lagi-lagi nang alipin ng selos;
Kapag nakita kang kausap ng iba,
Puso'y nalulungkot, puso'y kinukurot,
Puso'y umiiyak, puso'y nadudurog.

Ngunit…
Ang aking pag-ibig hanggang pangarap lang;
Hindi mangyayari,
Hindi magaganap,
Hindi matutupad;
Ang aking pag-ibig, kulimlim ang langit,

Lalagi sa isip,
Makirot sa dibdib,
Doon nakaukit ang libong pasakit.

Ang aking pag-ibig, walang katuparan,
Ito ang simula at ang katapusan;
Ang aking pag-ibig ay tunay na hibang,
Nahibang nang hindi kinahihibangan!

IKATLONG BAHAGI

Kiliti

Ang lambong ng lungkot, napapawing dagli't
Kakambal ng sundot, haplos ng kiliting
Ang iniluluwal, halakhak at ngiti.

Ligaw-tingin, Halik-hangin

Ang torpeng si Romnik, hindi makadiga
Sa magandang mutyang pangalan ay Viring;
Itong ligaw-tingin ang kanyang sistemang
Ang laging kasunod ay halik sa hangin.

Viring, araw-araw ay namamalengke't
Romnik, nag-aabang, maumaga't hapon;
Kikindat si Viring, may lambing na sabi:
"O, Romnik, pwede bang, bitbitin ang bayong"

"Aba'y oo naman, aking bibitbitin'"
Ang sagot ni Romnik na pinagpupusan;
"Kahit itong mundo'y aking papasanin,
Viring, ako'y hindi mo masusubukan."

"Sabi ko na nga ba't hindi mabibigo,
Pagkat si Romnik kang tunay na binata;
Kung kaya sa iyo'y may tuturan ako
Na sa aking wari, ika'y matutuwa."

Ang Binatang Romnik, halos mapahiyaw,
Gumulong ang puso sa galak at tuwa;
Sa wakas, ito na'ng pinakahihintay
Lihim na pag-ibig, magtatamong pala.

Pagdating ng bahay, Viring nagpahayag:
"Romnik sa puso ko, ikaw ay espesyal;

Ang sabi nga'y sulit ang pagod mo't hirap
Pagkat gusto kitang aking maging "best man."

"Pakakasal na'ko, pasensya na Romnik,
Bayong ko'y mayro'n nang giliw na bibitbit!'

Ako'y Ibigin Mo, Lalakeng Maliksi

Nagpakitang gilas, tandang-tanda ko pa,
Aking huhulihin ang susong pilipit;
Sa harap ng aking minumutyang sinta
Ay patutunayan, tapat kong pag-ibig.

Karaka'y hinubad ang damit kong suot,
Matang nakamasid, nangamumurilat;
Sa mga masel ko't balahibong kulot,
Laway ng dalaga'y sumasaburayray.

Lumusong sa putik, ako'y handang-handa't
Ang minumutya ko'y sa akin ang tanaw;
At nang titigan ko'y kumindat pang bagya,
Inang ko po ako'y parang matutunaw.

Sa matang mapungay, aking nasalaming
Niyapos niya ako nang suso'y mahuli;
Damdami'y nag-ulol, sa pungay ng tingin,
Gagapangin ko sya, pagsapit ng gabi.

Suso nang dakmain, nagkakandahubo,
Pagkadulas-dulas, susong ginagapang;
Nang aking masakmal, nasubsob ang nguso,
Nabalaho ako't biningi sa kantyaw.

Hoy, hoy, ibigin mo...lalakeng maliksi,
Susong gumagapang hindi pa mahuli!

Ibigin Mo Ako, Lalakeng Matapang

Pangako ng puso, kita'y mamahalin,
Bibigyang ligaya't 'di ka magugutom;
Mananakit sa 'yo, aking didigmain
At pauulanan ng bala ng kanyon.

Palilibutan ka ng mga alalay
Na pawang matapang, kumpleto sa armas;
Aalayan kita ng singsing at hikaw,
Ng kwintas na perlas, ng ginto at pilak.

Hahainan kita ng mga pagkaing
Dito sa piling ko mo lang makikita;
Litsong baboy-ramo, tapang usa't daing,
Mga hito't dalag, inihaw sa baga.

Ang panghimagas mo'y duhat na matamis,
Hinog na papaya't mga sinigwelas;
Matamis na pinya't mga aratiles,
Manggang kinalabaw, hinog na bayabas.

Kita'y papaypayan sa iyong pagtulog
Sa kawayang papag sa bundok na yungib;
Yakap at halik ko'y mahigpit, marubdob,
Magsisiga tayo't malamok, maniknik.

Ibigin mo ako't kung tayo'y makasal,
Magiging reyna ka ng mga tulisan!

Ibigin Mo Ako, Lalakeng Malakas

Iniibig kita, dalagang marikit,
Ligtas ka sa akin, ako ay malakas;
Mahigpit yumakap, mainit humalik,
Kaya kong ubusin, isang sakong bigas.

At lilikha tayo ng harding luntian,
Ikaw si Maganda't si Malakas ako;
Kahit sampung anak kita'y aanakan,
Aking hihigitang ang limang gusto mo.

Lilibutin natin ang harding malawak,
Nang hindi mapagod, kita'y papangkuhin;
Hindi papansinin ang tukso ng ahas,
Magyayakap kita't siya'ng tutuksuhin.

Ang taglay kong lakas doon makikita,
Sa buong maghapong ating pagniniig;
Higpit ng yakap ko'y lalong madarama't
'Di pupulikatin ang binti ko't litid.

Ngunit huwag sanang ika'y magtatanong
Kung sansakong ipa'y 'di kayang buhatin;
Kung kawa ng kanin at litsong malutong
Kung 'di ko maubos, may lagnat at sipon.

Binatang malakas kapag umiirog,
Hindi humihina, balakang at tuhod!

Sa Santong Paspasan

Pitong taong singkad, ako ay nanluhog,
Ang lagi mong sagot, "hwag kang maiinip;"
Sabay ang pagngiting mata'y nanghaharot,
Saka sasabihing "torpe ka at manhid."

Tag-ulan, tag-araw ay sinuyo kita,
Umigib ng tubig nagsibak ng kahoy;
Gulay sa tumana ay nangaubos na't
Ang tanging natira'y kamote kong ulol.

Tubig pampaligo, ako'ng umiigib,
Para patunayan, wagas na pagluhog;
At nang magkaminsan, ako ay pinilit,
Banil mo sa likod, ako pa'ng humilod.

Sa maputing twalya'y akong nagpupunas
Sa iyong katawang nakabibighani;
At nagalit ka pang mata'y namurilat
Nang punasan kita sa marahang dampi.

Gusto mo lang palang kita ay dahasin,
Siilin ng halik, mariin, marubdob;
Nang itanan kita'y 'di man lang umangil,
Habang patalilis, higpit ng 'yong yapos.

"Ayaw mo lang pala ng santong dasalan,
Irog , narito na't kita'y papaspasan!"

Sa Dilim Ng gabi'y "I Love You Sinta"

Twina'y sambitla mo ang gabing madilim,
Umano'y kawangki ng ating paggiliw;
Sa matang malamlam, luha'y nalalaglag,
"Di mo man sabihi'y may tibo ng sumbat,

Wala na ang dilim, pagsuyong kahapon,
Ganap nang napatid, ikaw na'ng karugtong;
Tatlong naging bunga ng ating pagliyag,
Ano't ang halik ko'y 'di magkamit-lingap?

Sa yakap ko't halik, ika'y umiiwas,
Gayong lagi-lagi ang halik ko't yakap;
Anak nati'y tatlo, palagay ko'y kulang
Dapat pitong lahat, bunga ng suyuan.

Hindi nanlalamig, aking mga haplos,
Aaliwin kita, buhok ma'y maubos;
Sa bawat halik ko'y naroon ang init.
Lalo't hinahagkan ang pisngi ng langit.

Sa Amang Bathala'y matibay kong sumpa,
Ayaw ko ng langit kung ikaw ay wala;
Lantang dahon ako kung 'di ka matanaw,
"I do" ko't pangalan, may-ari ay ikaw.

Sa dilim ng gabi'y talagang-talagang
Sa puso ko'y tunay na "I love you sinta!"

Marami Nang Nobya, Wala Pang Trabaho

Ayokong-ayokong umibig sa iyo
Pagkat ang nobya mo ay isang katerba;
May pang-araw-araw, pang-Sabado't Linggo,
Bukod ang pamasko, bukod ang pampista,

Isa kang istambay, trabaho ay wala,
Talang Batugan kang 'maga kung sumikat;
Kung iibigin ka ay mangangawawa,
Sobra ka nang tamad, buto mo'y makunat.

Sa maghapong singkad ay patambay-tambay,
Pag-uwi ng bahay, buklat ng kaldero;
Malutong na litson, gusto mo pang ulam,
Kapal ng apog mo sa pagrereklamo.

Batugang binata, ba't hindi tumulong
Nang kahit paano, magulang, matuwa?
At nang maging litson, ulam mong galunggong,
Magbanat ng buto, batugang binata.

Ano't sasabihing tapat ang pag-irog?
Lahat ng dalaga'y tibukin ng dibdib;
Buhay na maalwan, pa'no idudulot
Kung hindi marunong kumayod, kumahig?

Nais ko'y binatang ako'y bubuhayin
At tanging akin lang malagkit n'yang tingin!

Inay Mo Ay Payag, Bakit 'Di Mahabag?

Kulit ng binata, "kailan diringgin
Ang aking pag-ibig na inilalawit?"
Sagot ng dalaga, "mahilig na matsing,
Iyang pag-ibig mo'y sa pader ikiskis."

Tutol ng binata, "ang inay mo'y payag
Maging asawa mo sa habang panahon;"
Bulyaw ng dalaga, nasa'n ang 'yong bayag,
Kausap mo'y inay sa buong maghapon?"

Sabi ng inay mo, "kaysarap ng suman
Lalo't ang katerno ay hinog na mangga;"
Singhal ng dalaga, "kita'y tatadyakan,
Magsuhol kay inay, 'di sa 'kin uubra."

Malapit mo na raw na ako'y sagutin,
Maghintay-hintay lang ng konting panahon;
Hwag magsasawa na aking bitbitin
Ang mga regalo't mga pasalubong.

Kaya naman ako'y laging sumusunod
At naghahalo pa ng bikong makunat;
Bilin ng inay mo'y ilutong isunod,
Arroz Valenciana, bibingkang masarap.

Hirit ng binata, "plis pakasal tayo,"
Sigaw ng dalaga, "kayo ng inay ko!"

Armando R. Lajom

Ayoko Sa Lalakeng Hudas, Salawal Ay Butas

Hayun, hinalipak, asta mo kung sino,
Ang "vape" nakasumpak at pausok-usok:
Butas ang salawal at nakikiuso,
Halos sumungaw na ang barangay tanod.

Hitsura'y gusgusing hindi naliligo
Na kung pagmamasdan ay nanlilimahid;
Leeg ay pawisan at amoy mabaho,
Pagbuga ng usok, ika'y mabubwisit.

Laging may "flying kiss" na animo'y hudas,
Lantik ng bigote'y parang hipong swahe;
Minsang nakindatan ng matang sulipat,
Ako'y hinimatay, iyon ang nangyari.

Iyon ang nangyaring nawalang ulirat,
Sa 'ming munting dampa, ako'y nag-iisa;
Sa gayong sitwasyon, natuwa ang ungas,
Sa sandaling iyon ay nagsamantala.

Nang ako'y magising, ako'y nagulantang,
Ramdam na ramdam ko'ng mga bruskong halik;
Ang hayok na hudas, mata'y namumungay,
Sinisimulan nang buksan itong langit.

Aking sinikaran sa takot ko't gitla,
Nabasag ang betlog ng hudas na gala!

Mababaliw Ako Sa Selosang Hirang

Inaamoy-amoy, kahuhubo kong brief
Nitong si Kurdapiang "darling kong selosa;"
Laging "tine-check point" ang leeg ko't singit
Kung may tsikinini na doo'y nagmarka.

Rikiting-rikitang, nang minsang "mag-shopping,"
Babaeng pulubi'y aking nilimusan;
Buhok, sinabunot, rikitang-rikiting,
Kulasisi ko raw, babaeng hukluban.

Mahabaging langit, ito ba ang sinta
Na hiningi ko pa doon sa Obando?
Sa naging sala ko, ito ba'y parusa?
'Di bale nang wala kung sinta'y ganito.

At maging kung ako ay nananaginip,
Sampal na malutong, aking tagagising;
Bakit, sino raw ba ang kaniig,
Umuungol pa raw at humahalinghing.

Maging sa pagkain, oras de peligro,
Babae raw sanhi kung bakit nasamid;
Pagsapit ng gabi, nagmamarakulyo
Kung 'di mapagbigyan ang bilang na nais.

"Saklolo, saklolo, mahabaging Diyos,
Babaliwin ako ng selosang irog!"

Dalagang 'Di Maganda, Inuukit Din Ng Maya

Wangis ng dalaga'y hinog na papayang
Anumang hitsura'y masarap kainin;
Sa mundo ng tuksong naglipana'ng lisya,
Lahat sinisila ng dusa't hilahil.

Hinog na papaya'y pangit man ang balat,
Kapagka kinai'y masarap din naman;
Laman ay malambot at kapag kinagat,
Makatulong-laway, tamis at linamnam.

Hayok na lalake'y parang mayang ibong
Gustong tinutuka ay hinog na prutas;
Na kapag sinumpong ng uhaw at gutom,
Prutas, tutukain, lasa ma'y maaskad.

Pangit na dalaga naman ay gayundin,
Sa mata ng hayok, may gayuma't akit;
Sa budhing diskaril at kaway ng laman
Puri ng dalaga'y madaling mapunit.

Biro ng tadhana sa isang dalagang
Tulad ng papayang 'di kanasa-nasa;
Puri'y nalulugso at nadidisgrasya
Sa binatang hayok at mayang masiba.

Puso'y Kusang Natututong Magmahal

Unang malas pa lang, tutol na ang pusong
Umibig sa isang tulad mong galawgaw;
Dapwa't may damdaming waring naglalarong
Kahit sagkaan ko'y hindi ko masaway.

"Hindi kita gusto," bulong nitong isip
Kahit na sa akin, may lugod ka't tuwa;
Hayag mong damdamin ay hindi ko nais,
Ang ganyang gawain, sa aki'y masagwa.

Ang nais ko'y isang dalagang mahinhin,
Mayumi't mabini ang lahat ng ayos;
Ang isang magaso'y 'di ko iibigin,
Panata ko itong hindi malalagot.

E, bakit ba naman kung ika'y kumilos
Ay pabigla-bigla at padaskol-daskol;
Kaya ako sa 'yo ay hindi malugod,
Bakit kung kumilos ay para kang maton?

Kung ika'y mangusap ay laging pahiyaw,
Sa pangangatwira'y nanggagalaiti;
Mas masahol ka pa sa manok na katyaw,
Ba't 'di bigyang lugar ang pagkababae?

Ngunit ewan ko ba't nang ika'y bastusin,

Puso ko"y nahambal, galit ko'y umalpas;
Nang makita kitang tangkang dadahasin,
Ang bruskong lalake'y muntik kong mautas.

At naibulong ko habang yakap kita:
"Batid na ng puso ang gawang suminta!"

Ayoko Sa Iyo, Bawal Ang Ganire, Bawal Ang Ganito

Aba, naku, aba..ba't 'di mo sinabi
At nang sana tayo'y hindi na nagtagal?
Daig mo pa pala'ng masungit na madre't
Sa natuklasan ko ako'y nagulantang.

Pambihira naman, seloso ka pala!
Ang dami mong bawal nang dahil sa selos;
Bawal "naka-shorts," may islit na palda,
Bawal ang "mag-make-up, maglipstik," magpulbos.

Bawal magpabango at kuko'y kulayan,
Bawal ang tumawang litaw ang galagid;
Ang mangapit-bahay, ayaw mo at bawal,
Sa ibang lalake'y bawal ang tumitig.

Manood ng sine'y kabawal-bawalan,
Paghigop ng sabaw, bawal ang may tunog;
Bawal ang dumalo sa mga pistahan,
Bawal na pakinggan, maharot na tugtog.

Bawal ang galawgaw, bawal, palasabad,
Bawal ang kumilos nang padaskol-daskol;
Sa gawaing bahay, bawal magmakupad,
Bawal mag-Marites, bawal mag-Marisol.

"Si Marites akong umaayaw sa 'yo
At hindi na baleng ako ay magburo!"

Natuto Na, Hindi Mo Na Maloloko

Irog ko'y tigilan iyang pambobola't
Sawang-sawa na 'ko sa "padarling-darling;"
Tigilan na ako't alam kong hudas ka't
Kung 'di kasalanan, kita'y lalasunin.

"Sorry, aking irog," hindi madadaya
Ng mga yakap mo't pakala-kalabit;
Paghaplos-haplos mo'y walang mapapala't
Magdumuon ka na sa kabit mong pangit.

Pag-uwi ng bahay, may bitbit kang supot
Na kung buklatin ko'y mga pasalubong;
May ponkan, lansones, may hopya, may balut,
Ako naman pala'y iyong binubudol.

Payakap-yakap pa at pahalik-halik,
Ang halik mo naman ay halik ng hudas;
Maamong korderong napakatahimik,
Sarap mong gulpihin at bigyan ng tadyak.

Hindi ka nag-ingat, kundangan ba naman,
Damit nang labhan ko'y sarisaring amoy;
May amoy ng byudang saksakan nang sangsang
At pungak na parang bulaklak na luoy.

Ika'y umamin na't huwag magkaila't

Manlolokong irog, hiwalay na tayo;
Walang mangyayari kahit ka ngumawa,
Kahit magsumbong ka sa lola mo't lolo!

IKAAPAT NA BAHAGI

Diwang Makabayan

Bayan ay mahalin, mahalin ang bayan,
Bayang ang katumbas ay yaman at buhay,
Baya'y idambana sa kadakilaan.

Nasaan Ang Langit?

Wala na ang giliw, wala na ang kislap
Dito sa lupa mong Perlas ng Silangan;
Wala na ang init, wala na ang alab,
Wala na ang tibok, sa dibdib ay patay.

Wala na ang lupang hirang mo at ibig,
Wala na ang dating lahi mong magiting;
Wala na ang iyong liping 'di-palupig,
'Di na makatutol, damdamin mong siil,

Wala na ang bundok, wala na ang dagat,
Wala na ang simoy sa langit mong bughaw;
Sa tula mo't awit, wala na ang dilag,
Laya mo'y wala na't hindi maaninaw.

Sa iyong watawat, naglaho na't wala,
Lamyos ng wagayway, maging kislap, ningning;
Tagumpay mong asam, luha ang napala,
Araw mo't bituin, ngayo'y nagdidilim.

Wala nang lwalhati, wala nang pagsinta,
Wala na ang lahat sa diwa mo't dibdib;
Daming nang-aapi't wala nang ligaya,
Sa piling mo ngayon, nasaan ang langit?

O, Bayang Magiliw, Perlas ng Silangan,
Bakit nawawala ang ningning mo't kinang?

Armando R. Lajom

Plumalaya

Nais kong mamasid ang hindi makita,
   mata ko'y may piring,
Nais kong lusungin ang mabahong putik,
   kabawal-bawalan,
Nais kong marating ang 'di mapuntahan,
   lubhang mapanganib,
Nais kong sabihin ang hindi masambit,
   may gapos ang dila.

Ito ang buhay kong aking kinagisnan,
Tuliro ang isip at sunud-sunuran,
Sa mabuting layon, may banta ang lagim,
Laging kaulayaw ang dusa't panimdim;
Sa ihip ng hangin doon sumusunod,
Ang mga kilos ko ay gapos ng takot;
Ito ang buhay kong pinaglalaruan
ng isang lipunang ang nangaghahari'y
lisya't kabuktutan.

Oo, naging duwag ako,
Nakapiit ako dito sa silid kong
ang kisame't dingding ay putik at apoy,
'Di ko kayang sambitin ang nasa ng isip,
'Di kayang ihayag ang laman ng dibdib,
Laging nangangambang sa init ng apoy ako'y
matutupok,
At nakikinitang sa burak ng putik ako'y
malulubog:

Ang tama ay mali, ang mali ay tama,
Ang tuwid ay liko, ang liko ay tuwid,
Ang ginto ay tanso, ang tanso ay ginto,
Langit ay impyerno, impyerno ay langit;
Kapag sumalungat sa agos ng tubig,
Sa apoy at putik doon mabubulid.

Ngunit napapagod ang kahapon,
Karugtong ng gabi'y ang bukang-liwayway,
May mapulang araw na ang angking sinag ay naghuhumiyaw:
Makialam,
Manindigan,
Ipaglaban:
Pagmamalasakit sa kapwa,
Pagkilala sa karapatan,
Paghahanap ng hustisya,
Pagtatanggol sa demokrasya,
Pamumuhay nang payapa.

Tama...!
Nasa akin ang lakas,
Nasa akin ang kapangyarihan,
Nasa akin ang tapang,
Nasa akin ang disposisyon
Nasa akin ang rubdob;
Sasabihin ko ang nais kong sabihin,
Ipahahayag ko ang nais kong ipahayag;
Nasa akin ang lakas,
Nasa akin ang kapangyarihan;

Oo, nais ko, nais kong lumaya kahit na siilin,
kahit na pigilin,
Pilit hahanapin ang aking paglaya.

Bawat titk na susulatin ko'y isang sigaw ng
damdaming...
Magagalak kung dapat magalak,
Mag-iiiyak kung dapat umiyak,
Mag-uumangal kung dapat umangal,
Mag-uumaklas kung dapat umaklas,
Magpapakasawi kung dapat masawi;
Susulat ako ng mga salita,
Susulat ako ng mga tulain,
Susulat ako ng mga awitin,
Iba't ibang kwento'y aking susulatin,
Lahat susulatin nang walang pagkiling.

Lalabas ako mula sa aking silid,
Sa silid kong may kisame't dingding ng putik at
apoy,
Lulusungin ko ang mabahong putik,
Lalanguyin ko ang malawak na dagat,
Aakyatin ko ang mataas na bundok,
Lalakbayin ko ang parang na madawag,
Liliparin ko ang langit na mataas;
Nakabuka ang pakpak at bagwis,
Matatag ang matulis kong paa;
Walang pangamba, walang alinlangan,
Walang takot, puno ng lakas,
Puno ng galak, puno ng pag-asa,
Puno ng pag-ibig;

Muling haharapin ang aking daidig:
Nakabagong gayak, nakabagong bihis
bilang isang malayang pluma..si Plumalaya.

May Dugo Pa Kayang Muling Ititigis?

Isang buntong ulap sa laban ng buhay
Ang nagkumpol-kupol at naglisaw-lisaw
Hanggang tumalakop at nagbagong-kulay,
Dambuhalang banta ng kapangyarihan;
Mabagsik na bagwis, tapang na kumampay,
Luwa ng panahon ang gabing mapanglaw.

Sakmal ng pangambang nanaghoy ang langit,
Buntong-buntong ulap, dingding ng panganib,
Ang bagwis at pakpak sa kanyang paghagkis,
Bali nang salpukin ng ulap na hidhid;
Lupang Tinubuan sa kanyang sinapit,
Naging karagatan ng pag-asang amis.

Langit na lundayan ng lungkot at saya,
Kalansing ng tanso'y himig ng musika,
Sa bagwis at pakpak ng dukha at tanga,
Dinahas ang laya't sa apoy sinugba;
Luningnging ng ginto'y sa ilan napunta,
Ikaw pa ba'y langit, bayang sinisinta?

Tilamsik ng dugo sa nabaling pakpak,
Ang luha ng langit, dugo nang pumatak,
Alabok na dating tulog ang hinagap,
Nagdingas na apoy sa dugong tumigmak;
Sa bali ring bagwis at pakpak na warat,

Diwang Kayumanggi'y hinango sa burak.

Sinatang Pilipinas, ang pakpak mo't bagwis
Ay durog na naman, kalayaa'y gahis,
Dangal ng 'yong lahi, maapoy na hibik,
Tatak ng panahong lalagi sa dibdib;
Ngayong ang lakas mo'y ubos na at said,
May dugo pa kayang muling ititigis?

Halina, Halina

Halina, halina at ating pagmasdan
   ang bughaw na langit,
Sama-sama nating ipagsigawanan
   ang laman ng isip,
Halina, halina at ating pakinggan
   ang hibik ng dibdib,
Sama-sama nating tuklasin ang lihim
   sa buong paligid;
Halina, halina't kilatisin natin,
   lagay ng daigdig,
Sama-sama nating siilin ang bayan
   ng bagong pag-ibig.

Halina, halina't ang mayamang bukid
   ay ating pasyalan,
Sama-sama nating, mga anakpawis,
   sa dusa'y damayan,
Halina, halina't tayo ay managhoy
   sa kinasapitan,
Sama-sama nating bagsak-presyong palay,
   tandisang tutulan;
Halina, halina't kahit man lang sana
   sa paos na dasal,
Sama-sama nating hilingin sa Diyos,
   bwaya'y mabulunan.

Halina, halina't siyasatin natin,

tungkol sa 'ting dagat,
Sama-sama nating alamin kung ito'y
　　sa atin pang ganap,
Halina, halina at ating tangisan,
　　ating yamang-likas,
Sama-sama tayong manimdim, magluksa't
　　may lambong ang bukas.
Halina, halina't balangkasin natin
　　kung ano ang dapat,
Sama-sama lang bang tayo'y tutunganga't
　　mata ay mulagat?

Halina, halina at ating akyatin,
　　kalbong kabundukan,
Sama-sama tayong magtanim ng puno
　　at ito'y bantayan,
Halina, halina't ating panagutin,
　　mga tampalasan,
Sama-sama nating itong kalikasan
　　ay ipagsanggalang;
Halina, halina't iligtas ang bundok
　　kahit na maglamay,
Sama-sama tayong kung hindi kikilos,
　　tatanghaling bangkay.

Halina, halina't sa ating lipuna'y
　　nagkalat ang dumi,
Sama-sama tayong ang katiwalia'y
　　supiling mabuti,
Halina, halina't iilan na lamang
　　ang mapagkandili,

Sama-sama tayong lakas ay lubirin
   sa gawang mabuti;
Halina, halina't mga anak nito'y
   bingi na't napipi,
Sama-sama nating itindig ang bayang
   giray ang haligi.

Halina, halina't tulungan ang bayang
   tumayong matatag,
Sama-sama nating ilahad ang bisig,
   hukayin ang bukas,
Halina, halina at ating pigilin,
   luhang nalalaglag,
Sama-sama nating iligtas ang bayan
   sa pagkapahamak;
Halina, halina't tayo'y magkaisa
   sa pakikilamas,
Sama-sama nating bigat ay iyalay
   sa lipunang hungkag.

Halina, halina't kinakailangang
   huwag magtutulog,
Sama-sama tayong idilat ang mata't
   ang bayan ay tulog,
Halina, halina't huwag urong-sulong,
   huwag magbantulot,
Sama-sama tayong laging mapagbantay,
   maalab, marubdob;
Halina, halina't itong bayan nati'y
   waring lumulubog,
Sama-sama nating pigiling lamunin

ng balon ng sapot.

Halina, halina at nasasa atin
    ang diwang malaya,
Sama-samang gawing ito'y pasumala
    sa bagsik ng sumpa,
Halina, halina't ang malayang diwa'y
    mabisang panudla,
Sama-sama nating ito'y sandatahin
    ng dalitang bansa;
Halina, halina't bigyan ng wagayway
    ang ating bandila,
Sama-samang gawing sandata't kalasag
    ang malayang diwa.

Sa Isang Bandila'y Hindi Magkaisa

Anak ng tipaklong, mga lingkod-bayan,
Parang aso't pusa na nagsisinghalan;
Sa mga usapin, nagpapagalingan,
Malaon nang sakit ng imbing lipunan.

Kapag sumalungat, patay kang bata ka
Pagkat isang sagwil sa layon at pita;
Lahat ng gawa mo ay hindi maganda't
Laging ang papel mo'y papel-kontrabida.

Ang mga balak mo'y parati nang mali,
Kaya sori na lang, bigo ang 'yong mithi;
Kahit gaano pa ang pagpupunyagi'y
Walang sasapitin, hindi ka kalipi.

Ang adhikain mo'y ayaw bigyang puwang,
Ano ba ang dahil, gahaman ba't swapang?
O, kawawa naman, ang bayan ni Juan,
Poon ba, poon ba ang kapangyarihan?

Ang nakatutuwa kapag kaalyado,
"Sitting pretty" ka lang diyan sa 'yong trono;
Kahit kapalpakan ang ginagawa mo,
Hindi ka matinag, nakangiting aso.

Kahit sabihin pang ika'y dispalkador,

Okey sa bosing mong isang kunsintidor;
Dahil sa kurapsyon, ikaw ang promotor,
Sarado ang mata't ika'y kanyang kampom.

At dahil kampon ka, hayup kung manggipit
Na animo'y isang berdugong malupit;
Taglay na prinsipyo'y prinsipyong pilipit,
Sa bagay na tama, mata'y nakapikit.

Putris na buhay 'to, kawawa ang bayan,
Lagi nang duhagi ang tamang katwiran;
Abusong-abuso ang kapangyarihan,
Na ang nagdurusa'y bandila ng bayan.

Kung ganyan ang lagay, pa'no aasenso,
Abang kalagayan nating Pilipino?
Darating na bukas, sino ang dehado?
Bagong henerasyon na ating inapo.

Bakit kaya ganyan, lintik na usansya?
May kulay na dilaw, may asul, may pula;
Bakit kaya ganyan, anak ng tinapa?
Sa isang bandila'y hindi magkaisa.

Bandila'y iisa sa iisang bayan,
Ba't di makaahon sa karalitaan?

Armando R. Lajom

Plumang Kayumanggi

Ang piring ng mata'y aking aalisin
   kahit dahan-dahan,
Sapagkat ayokong bagong henerasyon,
   ako ay sumbatan,
Hindi ko rin kayang sa nakikita ko'y
   magbulag-bulagan,
Ayokong-ayokong ang kinabukasa'y
   mauwi kung saan;
Plumang Kayumanggi ay ititindig kong
   buong katapangan,
Ayokong-ayokong mga inapo ko,
   sa aki'y masuklam.

Busal sa bibig ko'y aking iluluwa,
   'di na maglalaon,
Ang gapos ng dila'y aking lalagutin,
   dugo ma'y bumalong,
Ito'y panata kong hindi magmamaliw
   sa habang panahon,
Pluma ko'y lilikha ng maraming obrang
   yaman ng dantaon;
Plumang Kayumanggi'y magiging emblema
   ng giting at dunong,
At sasandiganin ng lupang hinirang
   na darang sa apoy.

Akin nang iiwan ang mga paksaing

lubhang walang kwenta,
Paksang pampag-ibig ng mga tulaing
pawang pangromansa,
Aking papaksain ang katotohanang
tunay na maganda,
Ayokong obra ko'y maging kahihiyan
ng taglay kong pluma;
Plumang Kayumanggi'y may tapang ilantad
ang gawang malisya
At tuloy hanapin ang tamang solusyon
ng mga problema.

Aking sisinsayin kung bakit ang mundo'y
nagiging palalo,
Aking tutuklasin kung bakit lipunan
minsan ay baligho,
Aking aalamin kung ba't ang hustisya
minsa'y mapaglaro,
Aalamin ko rin kung ba't demokrasya'y
tila naglalaho;
Aking aalamin kung ba't ang mahirap
ay para sa tanso,
Aalamin ko rin kung ba't ang mayama'y
sa pilak at ginto.

Gusto kong malaman kung bakit laganap
ang gawang kurapsyon,
Kung ano ang sanhi't takbo ng gobyerno
ay laging paurong,
Gusto kong malaman kung ba't di mapigil
itong "drug addiction,"

At 'di umuunti, bagkus dumarami
    habang lumalaon;
Gusto kong malaman kung ba't mahihirap,
    laging nakukulong
At laging abswelto itong mayayaman
    kahit mandarambong.

Aking tutuklasin kung ba't ang gobyerno'y
    kibit-balikat lang
Dito sa usaping laon nang problema
    na Spratley Island,
Aking tutuklasin kung ba't 'di maangkin
    yamang karagatan,
Aking tutuklasin kung wala nang talim
    ang dating kampilan;
Plumang Kayumanggi ay nababatid kong
    may dapat gampanan,
Maging instrumento at maging kalasag
    nitong kasarinlan.

Plumang Kayumanggi'y hindi palulupig,
    may tibay at giting,
Lalaging kakatha ng mga kathaing
    may ngipin at pangil.

Pasilayin Malayang Umaga

Lagi kang nariyan na iiyak-iyak,
Ni ayaw mo kasing loob ay tigasan;
Tanggap ng dibdib mo kahit hinahamak,
Nasugatang dangal, ba't 'di ipaglaban?

'Di ka kumikilos, ninakawan ka na,
Kaban ng yaman mo'y tumaob nang lahat;
'Di mo iniisip, sinong magsasalba?
Mga pandarambong, sugat na maantak.

Bakit hindi nga ba iyong salungain,
Hangal na lipunang may batik ng sama?
Dahil isang hamak sa turing at tingin,
Sahol sa pulubi't aliping timawa.

Huwag mong pabayaang buhay, magulanit
Dahil magdurusa ang ina mong mahal;
Sa pangil ng lagim kung magpapadaig
Itong katarungan, titindig na hangal.

Ikaw ay sumilang na hindi inutil,
Lumaki't bumulas, may isip, 'di mangmang;
Kahiman nagkalat, mga punong linsil,
Parehong iisa ang hiram na buhay.

Ang gawang tumutol sa mga sukaban,
Sa buong buhay mo'y napakahalaga;

Madilim na gabi ay dapat bantaya't
Kayang pasilayin, malayang umaga.

Nadupilas Na Kahapon

Nadupilas ang kahapon, nagkasugat yaring bukas,
Natuliro itong ngayong ang langit ay nag-uulap,
Ang banta ng dusa't lagim, malakas ang mga yabag,
Ang sanktwaryo ng pag-asa'y tinalikdan ng liwanag;
Sambayanan ay kubakob ng kaibang pwersa't lakas,
Ang katwita'y may pulupot at di kayang makaalpas.

Kung malasin itong langit, sugatan ang mga bitwin
Na may dugong nalalaglag sa mapulang papawirin,
Dati-rating nandoroo'y may pakpak na mga anghel,
Nagyo'y anghel na may sungay, may pangil na
    matatalim;
Ang mundo ay humihiyaw, nanunumbat, dumaraing,
'Di alam ang tutunguhan, paligid ay nagdidilim.

Namalasak, naminsala, daluyong na sunod-sunod,
Kaya itong sambayanan, napadapa't sumubasob,
Sa sagitsit nitong kidlat at dagundong nitong kulog,
Ang abutin ay lupasay, rosaryo ma'y walang lagot;
Ang haliging matitibay, inakalang mga moog,
Nahubdan ng kagitingan, alipin ng pagkatakot.

May tinig na gumuguhit na sa mundo ay bumigla,
Mga utos na maapoy, sinunod na alipala,
Daming buhay na nabuwis sa pulbura't mga tingga,
Sanhi upang sambayanan, mga luha'y nariwara;
Walang bagsik itong poot, kalabisa'y naminsala,

Itong bayang iniirog, nakabihis, kulay luksa.

Dumating ang mga baha, nagngalit ang karagatan,
Ang bandila nitong bansa'y tinakasan ng wagayway,
Ang nagtangkang sumalungat, sinalubong ng salimbay
Ng ragasang mga along gumugulong, gumugutay;
Kung tanawin itong laot, walang pusong 'di
  magimbal,
Nagdidilim, nagngangalit, paano na'ng sawing bayan?

Kumati man itong baha, at manamlay itong unos,
At sa buong karagatan, manahimik itong agos,
Napinsalang sambayanan, may katawang lasog-lasog,
May dangal na walang silbi't kapuriha'y durog-durog;
Itong baya'y umiiyak, sakmal-sakmal ng hilakbot,
Walang tibay, walang lakas, may bukas na nakaluhod.

Habang 'di pa lumilipas ang panahon ng sa ngayon,
Habang 'di pa kumakatok ang sa bukas na panahon,
Sumigaw nang buong giting, itindig ang 'buting layon,
Lagutin na ang kadena't gintong bukas ay naroon;
Sa luntiang pag-aaklas ang sugat ay maghihilom
At hindi na magbabalik, nadupilas na kahapon.

Payag Ka Bang Maglaho Na Itong Nasyon?

May sugat na, may sugat na itong nasyon,
May pangil na, may pangil na'ng kalabisan,
Mga sugat, umaantak lumalaon.

Lumalala, mga krimen, pagkagutom,
Katarunga'y naparool, niyurakan,
May sugat na, may sugat na itong nasyon.

Mga taong naging bangkay, ibinangon,
Taas-kilay, bigay-pugay itong bayan,
Mga sugat, umaantak lumalaon.

Itong bansa, sa dalita'y nakabaon,
Sa pagputok nitong punglo'y may pinaslang,
May sugat na, may sugat na itong nasyon.

Itong hari kung mag-utos parang poon,
Nanganganib na masaid, kalayaan,
Mga sugat, umaantak lumalaon.

Ang hustisya'y nilimot na ng panahon,
Nanganganib ang bukas ng kabataan,
May sugat na, may sugat na ang panahon,
Mga sugat, umaantak lumalaon.

Bayan Muna't Kalikasan

Ang ibigin ang sarili'y isang gawang kagitingan,
Ibigin ang Inang Baya'y isang gawang ginintuan,
Malulungi ang daigdig kung wasak ang kalikasan,
Ang ibigin naman ito'y isang gawang kabanalan,

May pangakong mga ginto kung ibigin ang bukirin,
Putik nito ang dahilan kung ba't baya'y kumakain,
Gintong butil sa palayan na dito ay aanihin,
Sa pag-ugoy ng amiha'y humahaplos sa damdamin.

Sa pag-ibig nakakamit ng ilog at mga dagat
Ang biyaya ng Maykapal, yamang-tubig, yamang-hiyas,
Hito, dalag at halaan, korales at mga perlas,
Kaunlarang nasisinag sa tubig na nagingislap.

O, kaysarap na ibigin itong bundok na makahoy,
Inaaring paraiso ng hayop at mga ibon,
Bagyo't unos ma'y magbiro, bumaha man at lumindol,
Sa dibdib ng sambayana'y walang bulkang umuungol.

Ang paligid na malinis ay kaysarap na ibigin,
Malaya sa karumihang bantang lason kung humangin,

Walang buhay ang polusyon, busilak ang papawirin,
Walang pangil itong sakit, nakagapos ang hilahil,

Kulay bughaw ang pag-ibig kung ang tao sa gobyerno'y
Laging tapat maglingkuran, may matuwid na prinsipyo,
Sa taginting ng salaping may hibo ng panunukso
Ay may tapang na umingos at ang bulsa'y ikandado.

Kalikasa'y mahalaga, gayundin ang Inang Bayan,
Sa mundo ng isang tao'y magsimbigat itong alay,
Itong tao'y uunlad ba kung lugso ang sambayana't
Paano na itong tao, kung wasak ang kalikasan?

Ugali na nitong tao ang magsikap nang matindi,
Matanglawan itong landas nang umunlad na maigi,
Ang lampara ng pag-ibig, sa maapoy nitong sindi,
Bayan muna't kalikasan at saka na ang sarili.

Armando R. Lajom

Mga Pintig Ng Puso

Ang puso ng tao'y iba't iba'ng pintig,
May pintig ng muhi, may pintig ng galit;
May pintig ng habag, may pintig ng inis,
May pintig ng galak, may pintig ng hapis.

Kapag itong puso ay ayaw sa mali
At tinutuligsa, mga lisyang gawi;
Kapag naduduwal sa maduming mithi,
Ang puso sa dibdib, may pintig ng muhi.

Kapag itong puso, tibok ay mahigpit,
Sa duming nagkalat doon nakatitig
Ibig ipaglaban, bansang ginagahis,
Asahang ang puso'y may pintig ng galit

Kapag itong tao'y madaling maiyak
Dahil, maralita'y hinahamak-hamak;
At kapag ang luha'y madaling maagnas,
Ang taglay na puso'y may pintig ng habag.

Kapag itong tao'y laging nakaismid
Sa nakikita nyang mga gawang lihis;
Ang nguso ay lukot, mata'y nanlilisik,
Pusong nasa dibdib, may pintig ng inis.

Kapag itong tao ay palakd-lakad,
Sukbit ang sandata sa kanyang balikat;

Handang isagawa, lunting pag-aaklas,
Asahan ang puso'y may pintig ng galak.

Ngunit kapag tao, luha'y namalisbis
Dahil ang bansa nya'y bigo sa paghibik;
Bansa'y nakalugmok sa dusa't hinagpis,
Ang angkin nyang puso'y may pintig ng hapis.

Ang Bayan Ay Nananaghoy

Itong bayan ay balisa't may malubhang karamdaman,
Mamamaya'y nakaharap sa bangin ng kadiliman,
Gahi-gahi itong puri at ang dangal ay sugatan,
Sa bukas na haharapin, may lagim na nakabantay;
Mga kilos at paggawi, lihis na sa buting-asal,
Nauuhaw sa pag-ibig, paano na ang mabuhay?

Masasamang elemento, sa lipuna'y nangagkalat
Na syang ulap na balakid sa langit na aliwalas,
Inang Bayan ay ito ba ang lagay ng abang palad,
Bawat sulok ay senaryong may batik ng alibadbad?
Kalabisa'y kawing-kawing na sugat na umaantak
Kung tayahin ay babaeng may larawang nakahubad.

Karamdamang malaon na'y hindi pa rin gumagaling,
Panginoo'y panginoon, ang alipin ay alipin,
Ang salapi, ginto't pilak, may matunog na kalansing,
Sanhi upang dangal, puri ay mahubdan ng luningning;
Na kung isang hampaslupang dakila man ang mithiin
Ay tandisang tatapakan, katauha'y hahamakin.

Nangungusap na mariin ang taginting ng salapi,
Ang ginto ni Haring Midas ang sya pa ring naghahari,
Ito rin ang yumuyurak, sa dangal ng isang lahi't
Patuloy na sumisira sa mahusay na ugali;
Itong tao ay patuloy, naghahangad, nagmimithing
Magkamal ng kayamanan, 'di bale nang mang-aglahi.

Biro namang sumapit pa ang hagupit ng pagsubok
Na lalo nang nagpahina sa pundasyong nagagapok,
Ang krisis ng Covid 19, nagbabantang magpalugmok,
Maigupo nang lubusan itong bayang nakasubsob;
Balintuang sumabay pa, mandarambong na kurakot,
Nagpangyaring itong bayan, bangan ngayo'y nakataob.

'Di anupa't ang nangyari, sibol muli'ng karahasan,
Ang nakawan ay umusbong, may humantong sa
  patayan,
Itong tao'y 'di mapigil pagkat nais na mabuhay,
Anakin ay magsikilos at matira ang matibay;
Ang krisis din ang naglantad, daming taong
  mayayaman
Na kahit na may krisis pa, may damdaming sa
  gahaman.

Paano na itong bayan, itong bayan ay paano?
Itong bayang nang lalangi'y may mahusay na disenyo,
Mauuwi lang sa wala ang diwa ng Unang Pasko
Kung ang tao'y magmalabis, kung ang tao'y 'di
  magbago;
Ang bayan ay nananaghoy, lukob-lukob ng peligro't
Ang paligid kung malasin, ginasak ng mga tukso.

Nawawaglit ang pag-ibig at diwa ng pagbibigay
Na syang sanhi kung ba't bayan, unti-unting
  humihimlay,
Nawawala ang imaheng lakip-lakip ng pagsilang

Nitong Sanggol ng pag-ibig at ng tatlong haring
   mahal;
At sa dilim nitong gabi ay kailan matatanaw,
Mga tala at bituing may ningning pang tinataglay?

Mapulang Umaga Sa Paglikas ng Gabi

Humimlay ang araw, kumagat ang dilim,
Ang simoy ng hangin, daluyong na hayok;
Tao'y kaulayaw ang dusa at lagim,
Senaryo sa gabing kahila-hilakbot,

Marumi't malagkit, hamog na nanatak
Sa karimlang gabing gawak ang pag-asa;
Ang asul na langit, may takip na ulap,
Ang dugo at pawis, nagluwal ng dusa.

Ang kulog at lintik, nagsasalimbayan,
Pusikit ang gabi't ang hustisya'y tulog;
Dukha'y naalipin, nagmistulang hangal,
Dangal ang salapi't hamak ang alabok.

Naglaho ang init ng pawis at dugong
Sinipsip ng mga naglipanang linta;
Ang nasa itaas, mga taong likong
Ang tinutuntunga'y ang mababa't dukha.

At sa isang gilid ay may isang sawang
Kamandag sa dila'y maitim, malapot;
Itong kasaysayan, tinuklaw na una't
Kinukulay-rosas ang Batas na Salot.

Ang tala't bituin sa dakilang trono'y

May korona't setrong maitim ang kinang;
Tao'y maghihirap sa mga kapritsong
Mahilig katukin ang kaban ng bayan.

Dapwat sa pagluwal ng kagampang gabi,
Ang hilot at salab ay muhi at galit;
Takdang hatinggabi ay huhubdang-puri
Ng isang umagang may alab at ngitngit.

Ang kagampang gabi'y lilikas, yayaon,
Mapulang umaga ang masasalubong.

Pilipinas, Lupang Pinagpala?

Isang lupang pinagpala, isang bansang Pilipinas,
Kakanyaha'y tawag-pansin, may gayuma, may halina;
Na sa lahat ng aspeto, ma-kalamnan, ma-panlabas,
Daigdiga'y nalulungkot, nagtatanong, nagtataka.

Pinagpalang Pilipinas, isang bansang pinagpala
Kaya halos ay kalbo na, dating lunting mga bundok;
Ang yaman ng dagat niyang yamang-likas na biyaya,
Kamal-kamal kung kamkamin nitong singkit na
　　dayukdok.

Pinagpalang walang duda't may malawak na bukirin,
Walang dudang nagdiriwang, mga bwitreng
　　matatakaw;
Ang presyo ng kilong-palay, nagsisiso't nagtatambling,
Mataas 'pag unang ani, bagsak-presyo'ng kasaksaan.

Pinagpala't magsasaka'y mayaman na at maunlad,
Sa lupaing sinasaka'y sulputan ang subdibisyon;
Pinagpala't kabihasna'y sumusulong, sumisikad
Samantalang sumisighap, daratal na hehersyon.

Pinagpala't may balanang sakdal laya sa ligalig
Na kahit na saang dako, mga krime'y maya't maya;
Karahasa'y nagsalimbay, nananaghoy itong langit,
Sa harapan ng kabaong, nagdadanaw itong luha.

Pinagpala'ng Pilipinas, walang kislap ang salapi

Kung kaya ang meron nito'y sinasambang tila poon;
Isang hudyat, isang kumpas, manganganib ang humindi,
Ang lahat ay tumatanghod, tumatarang sa pagtugon.

Pinagpala't namumuno'y may imaheng respetado,
Manang-sugat na maantak, pinipilit na gamutin;
Salapi ang gamit-gamot, mabago lang ang anino,
Itong tala ni Magiting, sinumulan nang sirain.

Pinagpalang Pilipinas, mautang ma'y nagtitipid,
Na kung kaya, hari nito'y gala-dito, gala-doon,
Inismiran ang BIR sa usapin ng iwas-bwis,
At kapagka gumagala'y kabuntot ang mga kampon.

Pinagpala't matatapat, walang pangil sa gobyerno
Kaya anak ni kongresman, matalim ang mga ngipin;
Salang mortal ang magsuhol, matanggap lang sa trabaho
Kaya pala sunggab agad, lagay-paldong lilibuhin.

Pinagpala't sa lipunan, ang hustisya ay hustisya,
Sa bulwagang-katarungan, katarunga'y dinidikdik;
Sa timbangan ng katwiran, katwiran ay walang pwersa't
Ang mapilak ay abswelto, ang busabos, napipiit.

Pinagpala't sinasabing sa silanga'y paraiso,
Pinagpalang isang bansang waring limot ni Bathala;
Pinagpalang Pilipinas, tawang-uyam itong mundo,
Pilipinas, gahis-gahis, tunay kayang pinagpala?

Hinakdal ng Bayan

Walang rubdob, walang init, walang apoy, walang latang,
Nanghihina't walang lakas, karuwaga'y nakasakmal,
Nawawala't ninanakaw, likas-yamang karagatan,
Walang imik, walang kibo, pumapayag, walang angal;
Kayamanang pag-aari'y walang kayang ipaglaban,
Dati-rating mandirigma'y walang talim ang kampilan.

Nawawala't naglalaho, 'di makita't nawawala,
Nawawala'ng karilagang ibinigay ni Bathala,
Kagubata'y nakahubad, kabunduka'y nasalanta,
Kabukira'y nananaghoy, karagata'y lumuluha;
Matatayog na gusaling nakatirik, nagbabanta,
Sambayana'y nagtitiis, may gutom na tanikala.

Kalawaka'y nagdaramot, napopoot, nagngangalit,
Alapaap, nakaluksang malaon nang nagsusungit,
Sambayana'y agaw-buhay, walang lakas, nagngingitngit,
Laganap ang pagdiriwang ng polusyong nanlilingkis;
Kaunlarang sumisibol, impluwensyang pandaigdig,
Yakap-yakap, pasan-pasan, dala-dala, kipkip-kipkip.

Nawawala't naglalaho'ng pantay-pantay, patas-patas,
Palakasa'y umiiral, nananakit, nanunugat,
Milyong pisong lagay-bigay, mabalasik, nanganganggat,

Damang-dama itong pangil, sakmal-sakmal,
  mahihirap;
Sa gampani'y nawawala'ng katapata't integridad,
Nagpipista ang kurapsyon, dumadamba't sumisikad.

Naninimdim, nananangis, demokrasya't karapatan,
Susong krime'y naglipana, naglipana kahit saan,
Nabiktima'y kinawawa, ang hustisya'y nananamlay,
Palagi nang nasisiil, mayro'n naming kalayaan;
Magpahayag anong sarap, danga't bakit kalimitan,
May malinis na damdamin, kabigua'y nakakamtam.

Sa laot ng kahirapan, naglalaho't nawawala,
Kapurihang angkin-angking larawan ng inang bansa,
Ibang bansa'y pinagdayo, naalipi't nakawawa,
Minaltrato't minolestya, parausan, mundong nasa;
Bukod pa ang mga mutyang napalungi't nariwara,
Kaluluwa'y kinikilo, puri't dangal sinisira.

Teknolohyang impormasyon, tinangkilik, itinanghal,
Kabataa'y nangalihis, nagsilugso'ng buting-asal,
Moralidad, nanganganib, kabataa'y mapanuway,
Nahumaling sa internet, nahulog sa kamalian;
Paano na, paano na, paano na itong bayan,
Paano na itong bayang pag-asa ay kabataan?

Hinakdal na kawing-kawing, may araw bang
  malalagot?
Sambayana'y sumisinghap, patuloy na nalulunod,
Kumunoy ng kahirapan, patuloy na nanghihigop,

Kaylan kaya sasagipin nitong mga punong lingkod?
Na ang bayan kung malasin, sumasamong tiklop-
   tuhod,
Kalayaan ang hinakdal sa dalitang gumagapos.

Bayan Ba'y Maunlad Sa Dusa't Himutok?

Maunlad ang bayang madla'y maralita,
Laging nagsisikhay, hanggang ngayo'y kapos;
Buhay ay maalwang makain ay wala,
Tinalo ang dusa't kay daming busabos.

Ang pamahalaan, husay tumangkilik,
Tao'y nakahiga sa banig ng dusa;
Pagkai'y sagana sa lungsod at bukid,
Kaya nagugutom, pulubi'ng kapara.

Tao sa ligaya, puso'y 'di maibsan,
Kaya nagpipista ang protesta't rali;
Himutok sa dibdib ay bulang naparam,
Kaya pati musmos, palaboy sa kalye.

Ang pamahalaan, payapa't tahimik,
Kaya may iringan sa nangamumuno;
Anaki'y pag-unlad ang laman ng dibdib,
Pagkain sa hapag, nilugaw at tuyo.

At walang inggitan sa mga tungkulin,
Sa tronong mataas ay nag-uunahan;
Aniya ang krisis ay tutunggaliin
Kung kaya ang bayan ay baon sa utang.

Malaya ang bayan sa dusa't himutok'
Lahing Pilipino'y hindi inaantok.

Kailan Ka Lalaya?

Anak mo sa bukid, hayu't umiiyak,
Hinamig ng ganid ang gintong inani;
Hayun at tanawin ang yaman mong dagat,
Pinagmiminahan ng singkit na bwitre.

Hayun ang anak mo't tutop ang sikmura,
Bihirang kumain at naghihikahos;
Pagkai'y basura at asal-timawa,
Laman ng linsangan, gusgusin ang ayos;

Salat sa salapi na kumakalansing
Habang mayro'ng ilang bulsa'y umaapaw;
Hayun at nagkalat ang krimen at lagim
Na sa 'yong kalamna'y sumisirang anay.

Hayu't nagpipista, mga mapag-imbot,
Nagsisipaghintay na mabiyayaan;
Hayun at sa amo ay nangakatanghod,
Puri at papuri't bulag nang tuluyan,

Ang sambayanan mo'y waring nauulol,
Kailan ka lalaya sa dusa't pighati;
Kalungkot-lungkot na ng lagay mo ngayon,
Sinta Pilipinas, tahanan ng lahi.

IKALIMANG BAHAGI

Balagtasan

Itong balagtasa'y yaman ng kultura't
Pingkian sa tulang may sining-haraya,
Bukal ng maraming aral na maganda.

Paksa: Dapat o Hindi Dapat Bigyan ng Marangyang Libing ang Magulang na Pumanaw?

Dapat: Mariah Karmirose Lajom
Hindi Dapat: Phillip Wilsvend Dela Fuente
Lakandiwa: Armando Lajom

Lakandiwa. (Panawagan)

Itatanghal namin ngayo'y isang tanging balagtasan
Na ang paksa'y sumasapol sa magulang na pumanaw,
May dalawang panig itong halos pantay sa timbangan,
May aral na nakatuon sa panig ng namatayan;
Na DAPAT ba o 'DI DAPAT ang yumao ay
   handugan
Ng 'sang libing na marangya bilang isang huling alay?

Tatawagin natin ngayo'y mga bubot na makata
Na kahit na mga musmos, matatayog itong diwa,
Sila'y kapwa may pag-ibig sa pamilyang minumutya,
Katangiang tinataglay bilang anak na dakila;
Na kung sila'y naririyan at handa nang manalasa,
Ang tanghalan ay handa na't manawagan sila kapwa.

Dapat (Panawagan)

Magalang pong tumatawag, ang makatang paraluman,
Mariah Karmirose Lajom, buong-buo kong pangalan,

Magbuhat po sa San Pedro, lingkod ninyo'y naglakad lang
Upang mandin ay sagutin itong inyong katanungan;
Sukdang ako ay maghirap at paluhod na humakbang,
Isang libing na marangya sa magulang ko'y dapat lang!

Lakandiwa

O, makata ng San Pedro, kita'y aking tinatanggap,
Iyang panig mong DAPAT lang, sa tanghalan mo ikadkad,
Ako, bilang lakandiwa ay lubusang nagagalak,
Nakabadya ang galing mo sa tindig mo't iyong gayak;
Dapwat dito'y walang puwang ang katwirang pabalagbag
Kaya't sana ay iwasang sa tuntunin ay lumikwad.

Dapat (Sa Tanghalan)

O, mabunying lakandiwa, pagbati pong mapitagan,
Sa lahat ng naririto, buong pusong nagpupugay,
Kahit ako ay musmos pa at sahol sa karanasan,
Batid ko na ang masama at mabuting mga bagay;
Ako po ay isang anak, may pag-ibig sa magulang,
Ang lahat ay gagawin ko kung ihatid sya sa hukay.

Hindi Dapat (Panawagan)

Lakandiwang sakdal bunyi, marangal na lakandiwa,
Papanhikin sa tanghalan, abang lingkod mong makata,

Ngalan ko po'y Phillip Wilsvend sa San Pedro rin
 nagmula,
Kabarangay ng makatang mayabang at mapagkunwa;
Mahal ko rin ang magulang, na kung sila ay mawala,
Hindi Dapat, hindi dapat, isang libing na marangya!

Lakandiwa

O, makatang Phillip Wilsvend, pumarine at lumapit,
Ang panig mong Hindi Dapat, sa tanghala'y ipagsulit,
Ako bilang lakandiwa, palagay ko'y maiipit,
Nababakas ko ang husay sa kulay mo't iyong kisig;
Dapwat aking paalalang sa lahat ng iyong hagkis,
Maging maginoo sana't ang ulo mo'y hwag mainit.

Hindi Dapat (Sa Tanghalan)

Pagbati po, kamahalan, at sa madla ay gayundin,
'Pangako pong tatalima sa 'sinaad na tuntunin,
Ako po ay solong anak, magulang ko'y maibigin,
Payo nila'y nakaukit sa isip ko at damdamin;
At kung sila'y yumao man, labi nila'y pagyamanin,
Balutin ng pagmamahal, isang simpleng paglilibing.

Lakandiwa

Yamang ngayo'y narito na ang dalawang maglalaban,
Sila'y atin nang diringgin sa kanilang katwiranan,
Atin ngayong lilimiin ang makatang may katwiran,
Na kumbaga sa sultada ay matira ang matapang;
Dapwat aking uulitin, paksa nitong balagtasan:

Dapat nga ba o 'Di Dapat, rangyang libing sa
   magulang?
Unang tindig ay ang Dapat kaya't siya'y pagpugayan
At sa kanya ang ibati'y masigabong palakpakan.

Dapat (Unang Tindig)

Ang kulturang Pilipino ay may gandang kakaiba,
Salamin ng ating lahi, ng lipunan at pamilya,
Sa lipunan ay naroon, mga taong mapanghusga,
Sa pamilya'y naroroon ang pag-ibig at halaga;
Na dapat lang pagyamanin at ingatan sa tuwina
Ang kulturang ating tatak mula noong sinauna.

Sa pamilya'y naroroon ang marubdob na pag-ibig,
Nitong anak sa magulang, ng kapatid sa kapatid,
Maging magulang sa anak ay wala ring kahulilip
Ang pag-ibig na naroo't nakaubod sa may dibdib;
Ang lahat ay iaalay, ibibigay, ibubuwis
Pagkat hindi masusukat, pag-ibig na bumibigkis.

Kung ang isa ay mamatay, lalo't higit kung magulang,
Itong puso'y nagdurugo't mga mata ay luhaan,
Ang magulang ay dakila't may buting 'di mapantayan,
Nakaguho ang daigdig ng anak na namatayan;
Nang dahil din sa pag-ibig kaya nais masuklian
Ng marangyang isang libing ang magulang na
   pumanaw.

Lakandiwa

Sa pang-unang tindig lamang ng makatang sakdal rikit,
Waring tila napayuko ang makatang anong kisig,
Unang ulos ay matindi, sa damdami'y umaantig,
Sanhi upang mangapipi pati madlang nakikinig;
Kaya naman tingnan natin sa pagsalag at paghagkis
Ang makatang Phillip Wilsvend, palakpakang
 mahaginit.

Hindi Dapat (Unang Tindig)

Ako'y lubhang natutuwa't ang kultura ay kilala
Ng makatang sa wari ko'y walang dunong, walang
 kaya,
Sinasabing ang lipunan ay totoong mapanghusga,
Ano't bakit 'di maingat sa bagay na ipapasya;
Sa magulang na pumanaw, pag-ibig ay ipadama
Sa 'sang simpleng paglilibing, walang yabang na
 kasama.

Ang nanay ko ay nagbiling kung siya raw ay pumanaw,
Sapat na raw sa kaniya itong simpleng mga dasal,
"Kahit tatlong bulaklak lang, huwag na ang likaw-
 likaw,
Sa gayon ko madarama, init ng 'yong pagmamahal;"
Pagkat ito'y kultura rin at salamin nitong buhay,
Marapat lang isagawa sa lilim ng haring araw.

Pagmamahal sa magulang ay sa puso nagmumula
At hindi sa isa isang libing na magarbo at marangya,
Magulang ay minamahal pagkat sila'ng nag-aruga,
Bilang sukli'y isang bagay ang marapat isagawa;

Taimtim na pagbabantay bilang huling pagpapala
At sa huli'y simpleng libing, kasunod ang pagluluksa.

Lakandiwa

Sa pagsalag ng makata, ang kalaba'y napanganga,
Ang narinig na katwiran ay sintalas ng labaha,
Ang katwiran nyang sinambit na karayom ang kapara,
Pakiwari ay napulpol at nalagot itong hibla;
Kaya naman tingnan natin sa tindigang pangalawa
Itong panig ng Dapat lang, palakpakang walang
    hangga.

Dapat (Ikalawang Tindig)

Katalo ko, kung mamatay, limiin mo at tandaan,
Pagdalaw ng mga tao, iba' iba ang bulungan,
Kung ataul, mamahalin, pupurihi't kumikinang
Subalit kung mumurahin, kagat-labing iismiran;
Kung sagana ang bulaklak, mga mata'y magdiriwang,
Sa palibot ng kabaong, orkidyas na likaw-likaw.

Sa pagpasok ng simbahan, nangungusap itong rangya,
Ang aranya'y kumikislap na 'di tulad ng kandila,
Itong labi kung misahan, sa may altar, bandang gitna,
Tatapakan ay alpombrang 'di bagay sa maralita;
Sa paglabas, kaagapay ang banda ng musiko nga,
Bawat isa'y nakangiti't ang lipuna'y hangang-hanga;
Mag-isip ka, katalo ko pagkat anak kang dakila't
Sa magulang ihandog mo, isang libing na marangya.

Hindi Dapat (Ikalawang Tindig)

Rangyang libing kung ihandog, baka ika'y
  mapahamak,
Kung magyabang nang magyabang, baka ikaw ay
  maghirap,
Ang salaping gagastusin, tipunin mo, kabalagtas,
Amarilyo, sinya't santan, tama na at sapat-sapat;
Ang liwanag ng kandilang kulay puting umaandap,
Ay daig pa ang aranyang, utang-utang hanggang
  bukas.

Nabanggit mo ang musikong sagisag ng isang rangya
Na pinilit mong magkaro'n upang tao ay humanga,
Ang ginugol na pambayad, hindi birong halaga nga't
Umutang ka kahit "five-six," nagpagamit sa masiba;
Na sa buhay mo ngang iyang isang kahig-isang tuka
Ay malamang na sapitin isang buhay na kawawa;
Mag-isip ka, katalo ko pagkat dapat mahinuhang
Rangyang libing hindi dapat, kahirapa'y mapapala.

Lakandiwa

Ang takbo ng pagtatalo, lumalao'y umiinit
Na para bang mga kidlat, umaapoy, masagitsit,
Kayong lahat ay namangha't para-parang nangahindik,
Karamiha'y napanganga't kumakabog itong dibdib;
Atin ngayong hahayaang maglumiyab, mag-uminit,
Upang mandin ay malaman sa kanila ang mas higit;
At sa ikatlong tindigan, ikaw Dapat ay tumindig,
Sa panig mo'y ubusin na ang bangis mo't iyong lupit.

Dapat (Ikatlong Tindig)

Ang magaling kong katalo'y kuripot ba o maramot?
Masama ba ang ugali at malalim itong batok?
Namatay ang magulang mo, ano't 'di mo maihandog
Ang marangyang paglilibing sa nanay mong iniirog?;
Puro tipid, puro tipid, ito na ang huling gastos,
Ika'y anong klaseng anak at nuknukan ka ng damot?

Ang marangyang paglilibing sa pumanaw na
   magulang,
Tandaan mo, katalo ko't isang gawang kabanalan
Na kahit na sabihin mong akong ito'y mangungutang,
Gagawin kong pikit-mata pagkat ito ay minsan lang;
Tandaan mo dahil ikaw sa gastusi'y may hinayang,
Sa bangkay ng iyong nanay, isang gawang tampalasan.

Hindi Dapat (Ikatlong Tindig)

Isang gawang tampalasan ang yakapin ang 'di kaya,
At hindi rin kahangalan ang umiwas sa problema,
Daang libo ang serbisyong de-punebre't de-aranya,
Ang tugtugin ng musiko't tatapakan na alpombra;
Katalo ko'y hwag kang hibang, gumising at mag-isip
   ka
Na sa simpleng paglilibing nakasunod ang pag-asa.

Ang mawalan ng magulang ay masakit, alam ko 'yon,
Na lalo na kung pamilya'y may sikmurang nagugutom,
Sa kape lang at tinapay, walang badyet sa maghapon,

Sa'n kukunin ang pambayad sa bayaring suson-suson?;
Paglilibing nang marangya, naghahatid ng daluyong
Na ang tanging maiiwa'y kunsuminyong patong-
   patong.

Dapat

Kunsumisyong patong-patong pagkat 'di mo
   magampanan,
Tungkulin ng isang anak sa pumanaw na magulang;
Paano nga'y walang kwenta iyang iyong nalalaman,
Isang libing na marangya ay hindi mo maialay.

Hindi Dapat

Hindi ko nga maialay, isang libing na marangya,
Pagkat ayaw kong sapitin, isang bukas na kawawa;
Isang simpleng paglilibing, sana ika'y maniwala,
Upang sa libong dalahin, makaiwas tayo kapwa.

Dapat

Makaiwas tayo kapwa'y hinding-hindi mangyayari,
Pagkat yumaong magulang, ni ayaw mong bigyang
   puri,

Hindi Dapat

Bigyang puri'y ayawin mo, ang utos ko't aking sabi
At sa simpleng paglilibing ay hindi ka magsisisi.

Dapat

Isang libing na marangya bilang sukling pagmamahal,

Hindi Dapat

Hindi dapat na gawin pa't isang gawang kahangalan,

Dapat

Huling handog bilang anak, isang libing na marangal,

Hindi Dapat

Na hindi na natatalos ng inay mong ihuhukay.

Dapat

Dapat ang marangyang libing,

Hindi Dapat

'Rangyang libing hindi dapat,

Dapat

Dapat!

Hindi Dapat

Hindi dapat!

Lakandiwa

Magtigil na, magtigil na, magsitigil na nga kayo,
'Di na kayo nangahiya sa maraming mga tao,
Kayo'y 'di ko binabawal sa init ng pagtatalo,
Ngunit bakit hunusdili'y iwinaglit sa prinsipyo?;
Bweno upang matigil na't di mauwi sa kung ano,
Sa mainit na pingkian, ibababa ang hatol ko.

Kayo kapwang nagtatalo sa timbangan ng katwiran
Kung tayahi'y may matuwid bawat pukol, bawat
    hataw,
Itong libing na marangya'y isang gawang kabanalan
Kung may sapat na panggastos at hindi ng
    pagyayabang;
Simpleng libing ay gayundin, isang gawang
    makatwiran
Sa palad ng lubhang dahop at salat sa kayamanan;
Bilang isang lakandiwa, ang hiling ko't panambitan,
Ang humatol ay kayo na pag-uwi ng inyong bahay.

Paksa: Alin ang Mas Mahalaga sa Buhay ng Tao, Diploma o Diskarte?

Diploma
Diskarte
Lakandiwa

Lakandiwa (Panawagan)

Aming itatanghal dito sa balana'y
Isang balagtasang may paksang maganda;
Sa buhay ng tao, ano'ng mahalaga:
Ito bang DISKARTE o itong DIPLOMA?

O, mga makata, kayo ay nasaan?
Atin nang simulan itong balagtasan;
Pumarito kayo't kayo'y manawagan,
Sa gawang pagtula'y makipagbakbakan.

Diploma (Panawagan)

Magandang araw po, bunying lakandiwa,
Sa tulang bakbakan ako'y laging handa;
Dala ko'y diplomang sagisag at tanda
Ng taong marunong, ng taong bihasa.

Lakandiwa

Tuloy ka, tuloy ka at huwag magyabang,

Ikaw ay pumanhik dito sa tanghalan;
Dito mo saysayin, mga nalalaman
At huwag ka sanang magtapang-tapangan.

Diploma (Sa Tanghalan)

Magandang araw po ang muli kong bati
Sa inyo pong lahat na aking kalahi;
Itong diploma ko ang aking baluti't
Sa labanang ito'y hindi pagagapi.

Diskarte (Panawagan)

Magandang araw po, lakandiwang mahal,
Dinig na dinig ko'ng makatang mayabang;
Papanhikin ako diyan sa tanghalan
Nang sa diskarte ko siya'y mapilayan.

Lakandiwa

Magandang araw din, ikaw ay magtuloy,
'Lahad ng diskarte'y dito mo ituloy;
Pakaingat ka lang, baka maparool
At dagling umuwi na gugulong-gulong.

Diskarte (Sa Tanghalan)

Isang pagbati pong lakip ay pitagan,
Bunying lakandiwang kamahal-mahalan;
Ako'y nakahandang ngayo'y ipagsaysay
Ang iba't iba kong diskarte sa buhay.

Lakandiwa

Yamang narito na, mga magtatagis,
Dalawang makatang waring maiinit;
Panig ng Diploma, una kang tumindig,
Inam ng panig mo'y simulang isulit.

Diploma (Unang Tindig)

Ang maraming tao na naging maunlad,
Una'y tinuruang bumasa't sumulat;
Sa gawang pagbilang, agad iminulat,
Mga karunungang nagmula sa aklat.

Edukasyong pormal ay kanyang pinasok,
Ang diwa at puso ay naging malusog;
At ang pag-aaral ay kanyang natapos
Kaya naman siya'y matibay ang loob.

Sa mga trabaho'y kaydaling matanggap
Pagkat sa "interview" ay pasado agad;
At sa "written exams" ay namamayagpag,
Taglay na diploma'y sandata't kalasag.

Diskarte (Unang Tindig)

Pantas na makata ay hindi napansin
Itong mga taong naging maunlad din;
Hindi nakatapos ng kursong aralin,
Ang kaban ng yaman, 'di kayang buhatin.

Dahil 'di nagtapos nitong kursong pormal,
Nagtiis sa kahit ang sweldo'y konti lang;
At nang makaipon, kaagad "nag-resign,"
Agad dimiskarte't nang buhay umalwan.

Ayaw mang-amuhan, siya'y nagnegosyo,
Sa naging negosyo'y siya itong amo;
Lakip ang diskarte sa konting talino't
Sa tamang diskarte'y naging milyonaryo.

Lakandiwa

Sa unang tindigan ay nahalata nang
Dalawang makata, dibdib kumakaba;
Kaya sa tindigan nilang pangalawa,
Sila'y palakpakang walang patumangga.

Diploma (Ikalawang Tindig)

Naging milyonaryo'y hindi naman lahat,
Pagkat karamiha'y bumagsak, naghirap;
Sa paano kasi sa dunong ay salat,
Tapos lang ng "high school," yumabang na't sukat.

Kaydaming negosyo na nabangkarote't
Hindi epektibo, bulok na diskarte;
Ang pamamalakad ay walang sinabi,
At ang masakit pa, naloko't naonse.

Yamang ang diskarte ay sablay at palpak,

Sa pagnenegosyo'y hwag ka nang maghangad;
Mag-aral kang muli't buklatin ang aklat
Nang magkadiploma't gumanda ang bukas.

Diskarte (Ikalawang Tindig)

Gaganda ang bukas, hindi sa diploma,
Sa kaprasong papel, 'di dapat umasa;
Kung muling mag-aral, sayang lang ang pera't
Sa maalwang buhay, 'di iyan garantya.

Marami ang tapos, trabaho ay wala,
Naroon sa bahay, tutunga-tunganga;
May 'di nakatapos ngunit pinagpala't
Dahil sa diskarte'y hugos ang biyaya.

Hindi ka man tapos kung ika'y masipag,
Daig mo ang tapos na tatamad-tamad;
Kung gustong makuha, bunga ng bayabas,
Pitasin at huwag hintaying malaglag.

Lakandiwa

Tindigang pangal'wa, naging mainitan,
Waring nag-aapoy itong paglalaban;
Sa pangatlong tindig nitong sagupaan,
Isalubong nati'y 'tinding palakpakan.

Diploma (Ikatlong Tindig)

Bunga ng bayabas, may takdang panahon

Na upang makain ng sikmurang gutom;
Kung kaining hilaw, hirap magkagayon,
Mapakla ang lasa't mahirap malulon.

Sa bawat diskarte, dunong kailangan
Upang sa resulta'y 'di ka manghinayang;
Sa diploma'y naro'n ang pagtatagumpay,
Sa iyong diskarte'y laging kabiguan.

Disakarte (Ikatlong Tindig)

Kabigua'y naro'n sa iyong diplomang
Pag-uubusan mo ng maraming kwarta;
Sa aking diskarte ay sigurado kang
Iyong makakamit, buhay na ginhawa.

Pera'y mawawaldas at masasayang lang,
May diploma ka nga, tiyan ay may kalam;
Hwag ka nang magtapos, kurso'y mapanlinlang,
Magdumiskarte ka't ikaw ay yayaman.

Diploma

Ikaw ay yayaman kung mayro'ng diploma,
Sa hamon ng buhay, ito ay panangga;
Mabilis umunlad sa pakikibaka't
Sa ating lipuna'y magiging sikat ka.

Diskarte

Magiging sikat ka sa ating lipunan
Kung sa diskarte ko ika'y mananangan;
Sa tamang diskarte'y uunlad ang buhay,
Sa iyong diploma'y 'di ka maaalwan,

Diploma

'Di ka maaalwan sa iyong diskarte,
Sa iyong diskarteng laging walang buti;

Diskarte

Lalo sa diplomang nawawalang silbi't
Sukling pakinabang, talbos ng kamote.

Diploma

Ang aking diploma ang higit sa lahat,

Diskarte

Ang aking diskarte ay walang katapat;

Diploma

Sa aking diploma'y may ningning ang bukas,

Diskarte

Diskarte ko nama'y tanglaw nitong landas.

Diploma

Diploma!

Diskarte

Diskarte!

Lakandiwa

Tigil na't gawi nyo'y ibig nang malihis,
Halata na ito sa pukol nyo't hagkis;
Gawang pagtatalo'y ating nang ipinid,
Ang hatol ko'y ito, madlang nakikinig,

Isang patotoong sa takbo ng buhay,
Mamahaling hiyas ang pinag-aralan;
Dapwat ito'y hindi palaging sukatan
Ng ikagaganda ng kinabukasan.

Kahit na nagtapos, minsan itong tao,
Kung 'di madiskarte'y hirap umasenso,
At may tao namang 'di tapos ng kurso,
Sa tamang diskarte'y dagling asensado;
Kaya't masasabi sa mga nagtalo,
Ay walang nagahis at walang nanalo.

Ang May-Akda

Armando R. Lajom

Si G. Armando R. Lajom ay nagtapos ng elementarya sa Sto. Rosario Elementry School at sekundarya sa Holy Cross College sa Santa Rosa, Nueva Ecija. Nagtapos naman ng kolehiyo sa Central Luzon State University, Muñoz, Nueva Ecija ng kursong Bachelor of Science in Agriculture. Naging guro sa pampublikong paaralan noong 1997 at nagretiro noong 2021 na isang punong guro. Naging maybahay si Carmelita Gaza Lajom at sila'y nabiyayaan ng limang anak: Phillipxandrey, Michael Phillips, Phillip Armand, Phillip Wilsvend at Mariah Karmirose. Isinilang siya noong Hunyo 25, 1956 sa mag-asawang Aurelio Lajom at Maria Reyes sa San Pedro, Santa Rosa, Nueva Ecija.

www.ingramcontent.com/pod-product-compliance
Lightning Source LLC
LaVergne TN
LVHW041936070526
838199LV00051BA/2804